आपल्या स्नेहीजनांना पुस्तके भेट द्या

तरुणांनो होशियार!

निरंजन घाटे

मेहता पब्लिशिंग हाऊस

TARUNANO HOSHIYAR! by NIRANJAN GHATE

तरुणांनो होशियार! : निरंजन घाटे / कथासंग्रह

© निरंजन घाटे
१०२५ बी, चिंतामणी हौ. सोसा., सदाशिव पेठ,
नागनाथपाराजवळ, पुणे - ३०

प्रकाशक : सुनील अनिल मेहता, मेहता पब्लिशिंग हाऊस,
१९४१, सदाशिव पेठ, माडीवाले कॉलनी, पुणे - ३०

अक्षरजुळणी : पीसी-नेट, नारायण पेठ, पुणे - ३०

मुखपृष्ठ : देविदास पेशवे

प्रथमावृत्ती : जुलै, २०१० / पुनर्मुद्रण : जुलै, २०१७

P Book ISBN 9788184981322
E Book ISBN 9789386745842
E Books available on : play.google.com/store/books
m.dailyhunt.in/Ebooks/marathi
www.amazon.in

लेखकाचे मनोगत

इ. स. १९७१ मध्ये मी 'मनोहर' साप्ताहिकात स्तंभलेखनास सुरुवात केली. त्यानंतर कधीतरी सत्यवान टण्णूची आणि माझी ओळख झाली. नंतर काही दिवसांतच टण्णूने 'वटवट' नावाचे मासिक सुरू केले. मोठे मजेचे दिवस होते ते. मी, दिवाकर नेमाडे, आनंद साने, सुहास शिरवळकर, सत्यवान टण्णू, चिंतामणी लागू, अधूनमधून श्री. भा. महाबळ, नंतर राम नगरकर असे आम्ही दत्त उपाहारगृहात (त्याला आम्ही दत्त इंटरकॉंटिनेंटल म्हणायचो) जमत होतो. एकमेकांची टिंगलटवाळी, विनोद सांगणे, चहा आणि धूम्रपान असा उद्योग असे. त्यावेळी मी 'वटवट' आणि 'बुवा'मध्ये बऱ्याच विनोदी कथा लिहिल्या. पुढे १९७७ साली पुणं सोडलं आणि १९८४ मध्ये पुण्यात परतलो. तोपर्यंत माझ्यावर 'विज्ञानकथा लेखक' हा शिक्का बसला होता.

'वटवट' आणि 'बुवा'तल्या माझ्या कथा खुसखुशीत, टाइमपास कथा होत्या. रूढ अर्थाने विनोदी कथा नव्हत्या. इंग्रजीत ज्याला 'लायटर व्हेन' म्हणतात तशा कथा होत्या. त्या एकत्र करून त्यांचं पुस्तक करायचं ठरलं आणि मग ते मागं पडलं. इतकं की, तो कथागुच्छ हरवला असं मी समजत होतो. तो अचानक सापडला आणि आज त्याचं पुस्तक निघतंय. 'वटवट' आणि 'मनोहर'ला तेव्हा मी २-३ टोपणनावाने लिहित असे. देवेन कौशिक हे त्यातलं नाव खूप प्रसिद्धही झालं होतं. पुढे विज्ञान लेखक या शिक्क्यामुळं बाकीचं लेखन कमी झालं आणि ती टोपणनावं मागं पडली.

या कथांमध्ये जे आर्थिक उल्लेख आहेत ते तसेच ठेवले आहेत. त्यामुळं अगदी वीस-पंचवीस वर्षांपूर्वी खरंच दहा रुपयांत खूप चैन करता येत असे, हे लक्षात येईल. माझ्या विज्ञानकथा आणि विज्ञानलेखनातले नर्म विनोद वाचून मी चांगलं विनोदी लेखन करू शकेन, असे बरेच जण म्हणतात. त्यांना आता 'मीही खुसखुशीत लेखन केलं होतं', हा लेखी पुरावा मी दाखवू शकेन. त्या काळात महाराष्ट्रातून दारूबंदी नुकतीच रद्द करण्यात आली होती. बीअरची बाटली मुंबईत इराण्याकडं साडेतीन रुपयांना मिळत होती आणि पुण्यातल्या महाविद्यालयांमध्ये विद्यार्थी विद्यार्थिनीशी बोलत उभा दिसला, की महाविद्यालयाचे शिपाई शिट्टी वाजवून त्यांना महाविद्यालयाबाहेर काढायचे त्या काळातल्या या कथा आहेत, हे लक्षात ठेवलं तर या कथांचा आनंद लुटताना अडचण यायचं कारण नाही.

निरंजन घाटे

अनुक्रमणिका

तरुणांनो होशियार!

सकाळचे – खरं म्हणजे, माझ्या दृष्टीने पहाटेचे – आठ वाजले होते. उदयाचली मित्र येऊन बराच वेळ झाला होता. उन्हं 'फुल्या फुल्या' वरून सरकत सरकत मानेपर्यंत पोचलेली असावीत. माझी अवस्था 'चंचू तशीच उघडी पद लांबविले' अशी असावी. कारण अरविंदची हाक – तो शंभर हाका म्हणतो – घटकाभर शंभर हाका समजू; पण त्या ऐकून मी उठलो त्या वेळेस आपला देह निष्प्राण का नव्हता, हे विचार माझ्या मनात जोरदार घर करीत होते. अरविंदाच्या आवाजाने या घरांची झोपडपट्टी पडली.

''जागा हो बे!''

''जागा?''

''हं! जागा!''

''हं! हो!''

''ऊठ रे!''

''हं!''

''आयला ऊठ म्हणतो ना! ऊठ ए!''

''हं ऑऽऽऽ!''

मी परत लवंडलो.

माझे शेवटचे हे 'ऑऽऽऽ' मेघमल्हार रागातले असावे. कारण त्यानंतर माझ्या अंगावर पाणी पडले. अर्थात, त्याआधी गडगडाटही झाला; पण अरविंद जे बोलला ते फुल्यांच्या स्वरूपांत छापायचे म्हटले तरी दोन-तीन मोठ्या छापाखान्याच्या फुल्या खर्ची पडतील. सत्यकथेलासुद्धा लाज वाटावी अशा भाषेत तो बोलला. मी डोके हलवले. माझ्याकडे बघून भिजलेल्या मांजरालासुद्धा माझी कीव आली असती.

काल रात्री मी रम्याकडे गेलो. तिथे उदय आला होता, मग वामन आणि शरदला हाळी दिली, मग आम्ही पाच पिवय्ये महाराष्ट्रातील सर्व साखर कारखानदारांच्या

कृपेने तीर्थप्राशनास बसलो. 'ओह कलकत्ता' मधून खिमा आणला होता. बरं आम्हाला सगळेच दिवस गटारी अमावस्येप्रमाणे. भेदभाव नाही. तमाम धर्म, वंश, जाती और कौम, लिंग, दिनों के लिये एक ही वागणूक. वागणूक किंवा काय म्हणायचं ते म्हणा. हिंदी म्हटलं की आम्ही मार खातो. एखादा दिवस सरळ वागलं की वाटतं आपण घरी गेल्यावर बाबा म्हणणार, 'बेटा! तूने खानदान की इज्जत मिट्टीमें मिलाई!' हे नाहीच जमले तर हातात मोठा हार घेऊन 'काश! अगर तेरी माँ जिंदा होती!' यातही बऱ्याच अडचणी आहेत. एक तर आमचे बाबा मिरजेला, दुसरं म्हणजे आमच्या मातोश्रींची तब्येत ठणठणीत, तेव्हा दुसरे वाक्य म्हणायला बाबांना स्कोप नाही. तिसरं म्हणजे माझं हिंदीही बाबांपेक्षा बरं आहे. कुठल्याही मराठी वाक्यास शेवटी 'है' लावलं की त्याचं हिंदी वाक्य होतं ही बाबांची समजूत आणि लिहिताना बहुतेक ते दंड पुढे देत असावेत. त्यांनी लिहिलेलं कधी मी पाहिलं नाही; पण एक समजूत.

ते मरू देत. तर काय सांगत होतो, की सगळेच दिवस आम्हाला गटारी अमावस्येसारखे. तर मी रूमवर परत येऊन कपडे उतरवीत होतो तेव्हा शेजाऱ्यांना दूधवाला दूध घालीत होता. जरा उकडत होतं म्हणून खिडकी उघडली आणि लुंगी लावून मी पलंगावर आणि 'विशाल सह्याद्रि' दारातून खोलीत एकदमच पडला होता. अशा परिस्थितीत अरविंदला माझ्याकडे यायचे कारणच काय? आणि म्हणूनच मी डोके झटकून, रेनकोट पांघरावा की छत्रीखाली झोपावे याचा विचार करू लागलो, तर त्यात मला दोषी धरणे योग्य नव्हते.

"किती वाजले रे भो?"

"किती वाजले?"

"हां! किती वाजले कल्पना आहे का?"

"दोन!" मी घड्याळ बघून सांगितले.

"इडियट्!"

"आँ!"

"जत्रा साली! काय वैताग आहे!"

"काय वैताग आहे?"

"तू!"

"मी?"

"होय तू!"

"अरे पण?" आता तुम्हीच बघा कोण कुणाला त्रास देत होतं?

पण अरविंदापुढे कोण बोलणार?

"अरे पण काय? तू काय पोपटबिपट आहेस काय?"

"इथे पोपट कुठे आला?"

"पोपट आलेला नाही, मी आलोय. कपडे कर नि लवकर चल."

"च्यायला! हे मात्र अतीच! मी कुठेही येणार नाही!"

"पक्या, काय हे? अरे आज वार काय?"

"वाट्टेल तो असेल! हम आनेवाला नाहीच!"

"तुम नाहीच ना आनेवाला? तो तुम्हारी दोस्ती और हमारी दोस्ती की कट्टी. पक्या! आयला एवढे–" (इथे अरविंदने गुडघ्याच्या खाली हात नेला, शक्य असतं तर टाचेखालीसुद्धा नेला असता.) (अर्थात स्वतःच्याच, तसं तर कुणाच्याही टाचेखाली नेला तरी फरक काय म्हणा?) (दुसरा कंस सदाशिव, नारायण, शनिवार आणि पानशेतनंतर पुण्याच्या अवतीभवती पसरलेल्या पण मूळच्या अतिशंकी पुणेकरांसाठी) अरविंद असे काही बोलू लागला, की समजावे त्याची काहीतरी भानगड आहे. थांबा हं, "–आपण एवढे असल्यापासून दोस्त आहेत. कबूल?"

काय होतं, हे वाक्य मी बऱ्याच वेळा ऐकलंय, त्यामुळे ते लिहायचं म्हणजे सुद्धा जरा पीळच होतो.

"हो! कबूल."

आत्तापर्यंत माझ्यावर टांगलेल्या म्हणजे 'हँग ओव्हर'च्या डोक्यातसुद्धा आपली झोप बोंबलली हा प्रकाश पडला होता. (प्रकाशच्या डोक्यात प्रकाश पडला हे वाक्य मामा वरेरकरांना कसे सुचले नाही?...) मी तरीसुद्धा एक अखेरचा प्रयत्न केला. गारद्यांच्या तावडीत सापडलेल्या नारायणरावांच्या कारुण्याने मी अरविंदला म्हटले,

"अरू! मला त्रास देऊ नको! मी तुझे कुठलेही काम आज संध्याकाळी करतो; पण प्लीज मला माफ कर."

"तुला माफ करू? माझे प्रेत तुला संगमावर शोधायला यावे लागेल तेव्हा कळेल. राखी आणि तिचा बाप माझ्या घरी आले आहेत."

"काय? थांब, काही तरी चुकतंय. मला चिमटा काढ. साली मोसंबी फारच कडक! तू अरविंदच..."

"ओय!" चिमटा काढ म्हटल्यावर चिमटा काढायचा नसतो हे अरविंदला कधीच कळले नाही. त्याने माझ्या पोटाचा लचका तोडला. तेवढ्या लचक्यात शिबी राजाच्या चार-पाच कबुतरांची तरी पोटे भरली असती.

"ओय! ए सोड ए च्यायला! ही काय चिमटा घ्यायची पद्धत झाली?" (या वाक्यात प्रत्येक शब्दानंतर आपल्या मनात येणारी एक शिवी घालणे.)

"तू चिमटा काढ म्हणालास!"

"झक मारली!"

"ती नेहमीच मारतोस. माझं ऐक."

"तू राखीबद्दल काही तरी म्हणालास." मी तोंडातून 'राखी' हा शब्द काढताच कुणी तरी आपले लक्ष नसताना पोटात बुक्का मारावा तसे अज्याचे झाले. त्याच्या तोंडातून स्टोव्हची किल्ली फिरवल्यावर येतो तसा आवाजही आला असावा. पण त्या सकाळचे तितके बारीकसारीक डीटेल्स मला लक्षात नाहीत.

"नुसती राखी नाही तिचा बाप–डॅडी चक्क!"

"व्हॉट, हर डॅडी? हरे राम!"

"हरे कृष्ण!"

अरे पण ते तुझ्याकडे कशाला?"

"ते आमच्या डॅडींचे मित्र आहेत."

"काय तुझा बाप अन् काय त्याची संगत?"

"तेही खरंच!"

"थांब कॉफी करू." मी सिगरेटचे पाकीट आणि काड्यापेटी शोधली. सुदैवाने दोन्ही जवळच होती आणि आज प्रथमच त्यांनी ऐनवेळी रिकामं राहायचा आपला धंदा सोडला होता.

"कॉफी बाहेर पिऊ, मी तुला कंप्लीट सिच्युएशन सांगतो."

"मेलो!"

पण एवढ्यात दोन पफ्समुळे माझा मेंदू काम करू लागला होता.

"एक मिनिट हं!–" मी शर्ट-पँट अडकवली.

"तू आत आलास कसा?"

"कसा म्हणजे? सरळ!"

"दार लावलेले नव्हते?"

"होते."

"मग?"

"कडी वाजवली."

"गुड."

"गुड काय?"

"म्हणजे तुला एकदम रूममध्ये घुसत जाऊ नकोस असं सांगितलेलं ऐकतोयस!"

"ते ऐकलं असतं तर अजून टकटक करीत असतो."

"Chance knocks only once!"

"काय?"

"इंग्लिश आहे! आणि तू इतक्या वेळा टकटक केलंस की तू नक्कीच चान्स नाहीस."

“नाहीच! मी अरविंद आगाशे.”

“राखी!” मी पुन्हा आठवण करून दिली.

“मग मी दार ढकलले.”

“कडी नव्हती?”

“होती; म्हणजे दाराला होती; पण लावलेली नव्हती.”

“विसरलो असेन.”

“मग तुला हाका मारल्या. विष्णुसहस्रनाम एवढ्या वेळा म्हणालो असतो तर स्वर्गाला गेलो असतो.”

“अजून म्हण!”

एव्हाना आम्ही रस्त्यावर आलो होतो. मला कॉफी प्यायल्याशिवाय बरे वाटणार नव्हते. खोलीला कुलूप लावताना लेटर बॉक्सला तीनदा किल्ली लावली होती. प्रकाश सहन होत नव्हता. डोक्यात कुणीतरी वडारी छिन्नीने आतून टाकी लावत असावा. मी दुसरी सिगारेट पेटवली. आम्ही हॉटेलात शिरलो. कॉफीची ऑर्डर दिली. कोपऱ्यात निवांत जाऊन बसायचे, तर नेहमीच्या टेबलावर एक म्हातारा निवांत खात होता, तेही प्रत्येक घास बत्तीस वेळा चावून. बाकीची टेबले भरलेली होती. पण अरविंद टेबल रिकामे करण्यात तसा हुशार आहे. आम्ही थांबलो असतो, तर आजोबा रविवारच्या पुरवण्या वाचल्याशिवाय उठले नसते. आम्ही तिकडे वळलो. बसल्याबसल्याच अरविंदने आपले टेक्निक सुरू केले. आम्ही दोघे आजोबांच्या डाव्या-उजव्या हाताला बसलो. प्रथम अरविंदने सगळे पेपर उचलून समोरच्या खुर्चीवर ठेवले. नंतर आजोबा वाचत होते त्या पेपरची सर्व पाने, अर्थात उरलेली, उचलून पलीकडच्या टेबलावर दिली. आता आजोबा जॉन डीन (तिसरा) ची साक्ष वाचत साकोमा पिल्सच्या जाहिरातीला आले की ‘पान आठ, कॉलम पाच बघा’ला अडणार होते. मी भरपूर धूर सोडला. म्हातारबुवांचे रवंथ चालूच होते.

अऱ्या मला म्हणाला, “त्याचं काय आहे–”

“काय?”

“कशी सुरुवात करू तेच कळत नाही.”

“नको करू.”

“ऐक रे!”

मी घड्याळ बघितले. घड्याळात दोन वाजले होते. मी अऱ्याकडे बघितले. त्याने घड्याळ दाखविले, पावणेनऊ. मी त्याला सांगितले. “तू नऊच्या आत आवर, नाहीतर हा मी चाललो झोपायला.”

"सांगतो तर. ऐक.''

"बोला.''

"आज सकाळी उठलो.''

"ते रोजच उठतोस. मुद्द्याचं बोल.''

"मी तोंड धुतलं. चहा पीत होतो, बाबा रविवारचे पेपर घेऊन हे असे बसले होते.'' इथे त्याने पाण्याचे ग्लास उचलून माझ्यासमोर ठेवले. "तेवढ्यात बेल वाजली, म्हणून मी असा दार उघडायला गेलो.'' दुसरा पाण्याचा ग्लास रिकाम्या जागेकडून आजोबांकडे गेला.

"दार उघडले तर दारात राखी.''

"साक्षात राखी?''

"साक्षात!''

"आणि तिचा बाप?''

"आणि तिचा बाप!''

"च्यायला!''

"मला धक्का बसला.''

त्याने ग्लास टेबलावर आपटले. त्या ग्लासातले काही पाणी खाली, काही आजोबांच्या डिशमध्ये सांडले.

"Sorry हं!''

"चालू देत आणि हे बघा एवढा कसला धक्का बसलाय तुम्हाला? मी मदतच करीन, मला पण ऐकवा.''

'आले का वांधे!' आम्ही एकमेकांकडे बघितले.

"मी? कोण?''

"हो! तुम्ही.''

"म्हातारा झालो काय? केस पिकले म्हणून काय झाले?'' म्हणून आजोबा थांबले. पाणी प्यायले नि पुन्हा म्हणाले, "पिकले म्हणून दुर्लक्ष करू नका. उपयोगाला येईन. कुठे? उपयोगाला! काय?''

मी "बरं!'' म्हणालो, "तुझ्याकडे राखी आणि तिचा बाप आला. तिचा बाप तुझ्या डॅडींचा मित्र म्हणून मला त्रास घ्यायचे कारण नाही. मी चाललो.''

"पक्या! पक्या! पक्या! आपण एवढे असल्यापासूनचे...''

"पुरे!''

सुदैवाने आजोबा काही बोलले नाहीत. नाही तर त्यांच्या काय; कोणाच्या जाळ्यात गावलो असतो. काय भंगार दिवस नशिबाला आला होता.

"ऐक—'' मी तोंड उघडले, ते मिटले नाही.

“का हो?” इति आजोबा.

“राखी आणि तिच्या तीर्थरूप बापाला पाहून...”

“राखी कोण?”

“दोन कॉफी, स्ट्रॉंग, साखर कमी, फडकं मार! पहिले पाणी,” अऱ्याने आजोबांकडे दुर्लक्ष केले. ऑर्डर देऊन झाली आणि आजोबांनी परत विचारले.

“राखी कोण?”

मी मनातूनच काय पण चेहऱ्यावरूनही वैतागलो; पण अऱ्याने आजोबांची शंका फेडली.

“राखी आम्ही कॉलेजात असताना आमच्या वर्गात होती. एकदम पीळ. दिसायला अशोकवनात सीतेच्या भोवती पहारा करायला असतात त्यांच्या सुपरवायझरपेक्षा ही भारी.”

“मग तिला राखी का म्हणता?”

“कल्पना नाही.”

“बरं!”

“तर राखी ॲण्ड हर डॅडी केम टू माय होम, रँग्ड द बेल ॲण्ड माझ्या डॅडींचे चक्क फ्रेंड निघाले. म्हणाले, ‘जोश्या लेका, हे तुझंच घर होय! मग इतक्या सकाळी आल्याबद्दल माफी मागत नाही. हे चिरंजीव वाटतं, वा! वा!’ वॅ! वॅ! काय थेरड्या. आयला लय खवळलो; पण बाबा होते. राखी माझ्याकडे बघून हसली.”

“ब्राव्हो! आणखी एक कॉफी आण!”

“नको! नको!”

“तुला नाही, मलाच. झटकन पीळ आवर रे!”

मी आणखी एक सिगारेट पेटवली. राखीचे वडील अऱ्याच्या वडिलांचे मित्र असायला माझी काहीच हरकत नव्हती. त्यात मित्राने मित्राच्या घरी जाण्यातही काही गैर दिसले नाही. त्यांनी भल्या पहाटे मित्राकडे आपल्या कन्येला घेऊन जावे हे कदाचित चुकत असेल, पण मग अऱ्यासुद्धा माझ्याकडे भल्या पहाटे आलाच की. त्याला राखीसम पोरगी नव्हती त्याला माझा नाईलाज होता; पण सारांश म्हणजे एका मित्राने दुसऱ्या मित्राकडे जायला काही काळवेळेची आवश्यकता नसते.

हे मी अऱ्याला बोलून दाखविले.

आजोबा म्हणाले, “करेक्ट! काय? काळवेळेची आवश्यकता! आता हेच बघा, बेचाळीस सालची गोष्ट आहे.”

“तू पुढे पाल्हाळ न लावता...” मी अऱ्याला दटावले.

“हां! मी कुठे होतो?”

“अं! तुम्ही कुठे होता?”

पण आजोबांनी पुढे बोलायच्या आत पुन्हा मी 'राखी' म्हटले. अच्या भानावर आला.

"हं! तर चहापाणी झाले आणि राखीचे डॅडी काय म्हणाले माहीत आहे? म्हणाले 'जोश्या! आपण (टाचेखाली हात) एवढे असल्यापासूनचे मित्र–' ''

"राखीच्या डॅडीच्या नानाची टांग!''

'ऐक रे! '–एवढे असल्यापासूनचे मित्र, माझी मुलगी आणि तुझ्या मुलाची ओळख आहेच, तर मैत्री दृढ करू! काय?' ''

वैऱ्यावर येऊ नये असा प्रसंग अच्यावर आलेला. तो तर माझा सख्खा मित्र, त्याच्या पाठीवर मारलेल्या छड्यांचे वळ अजून माझ्या पाठीवर हुळहुळताहेत... मी किंकर्तव्यमूढ अर्जुनासारखा (पहा गीता प्रेसच्या गीतेतील कुरुक्षेत्राचे चित्र. विद्यापीठ पदवीदान समारंभातही ही गीता वाटली जाते.) चेहरा केला.

"तर मी काय म्हणत होतो– बेचाळीस साली असेच झाले होते.''

"पुरे मारो बाप! तुम्हाला प्रसंगाचे गांभीर्य लक्षात आलेले नाही?'' (इथून पुढचे आजाबांचे संवाद 'काय? कोण? कुठे?' गाळून टाकले आहेत.)

"नाही, तुमच्या मित्राला त्याच्या वडिलांच्या मित्राची मुलगी सांगून आली आहे, ती अशोकवन फेम आहे, अत्यंत पिळू आहे, त्याला तिच्याशी लग्न करावयाचे नाही. करेक्ट?''

आम्ही होकारार्थी मान हलवली.

"मग त्यात एवढं काय? नाही म्हणा!''

मी आजोबांच्या संभाषणातून रिकव्हर व्हायचा होतो. आयला किमान साठ वर्षांचा तरी म्हातारा. त्याच्या तोंडात वरील वाक्ये शोभतात तरी का? आणि दोन मिनिटांत सगळी सिच्युएशन सांगून परत वरती 'काय? लग्न!' म्हणून मोकळा, आपण आजोबांना मानले. तेवढ्यात अच्या म्हणाला, "मी नाही म्हणीन हो, पण पुढे काय?''

बेचाळीस गेले खड्ड्यात, थोड्याच वेळात मला 'चले जाव'ची सुरुवात म्हाताऱ्यापासून करावी लागणार असा रंग दिसत होता.

"का?'' "बाबांनी अल्टिमेटम दिलाय. या आठवड्यात आलेल्या मुलीशी लग्न केलं नाही, तर आम्ही तुझ्या लग्नात इंटरेस्ट घेणार नाही. कालच दोघी कटवल्या तर आज ही जत्रा हजर!''

"डरो मत बेटा! हम जरा तो सोचेंगे!''

"लवकर सोच नाही तर मी मेलो!''

"मी एक उपाय सुचवू का, उपाय?'' आजोबा.

"हो.''

"यांना तुमच्या राखीशी लग्न करायला लावा!" आजोबांनी माझ्याकडे बोट दाखविले. मी खवळलो. आजोबा साला भारी निघाला. आजोबांच्या ते लक्षात आले. त्यांनी अज्याला विचारले, "कालची मुलगी कशी होती?"

"चांगली होती."

"मग तुम्ही तिला नाही का म्हणताय?"

"सहज!"

"Just like that तुम्ही एक चांगल्या मुलीला नाही म्हणताय?"

"हो!"

"कारण काही नाही."

"कारण काही नाही."

"आजोबा, ती तुमची मुलगी नाही ना? मग?"

"हे हेच–" "–तुमच्या तरुण पिढीचे चुकते." आम्ही दोघांनी त्यांचे वाक्य पुरे केले.

"मग मी एक उपाय सांगतो– तुम्ही कालच्या मुलीशी लग्न करा! वडिलांना घरी गेल्यावर सांगा– ती मुलगी पसंत आहे म्हणून!"

"चला मी सुटलो!" अज्या म्हणाला.

आणि पुन्हा त्याच्या चेहेऱ्यावर काळजी दिसली. एव्हाना मी बराच जागा झालो होतो.

"मग याचं काय?" अज्या म्हणाला.

"माझा काय संबंध?"

"वा! माझं झालं की तुझं व्हायला वेळ लागायचा नाही, असं राखीचे डॅडी म्हणाले."

"डॅडीच्या बैलाला होऽऽ!"

"तेव्हा ते तुझ्या घरी मिरजेला जाणार!"

"माय गॉड! आजोबा वाचवा!" आता यातून हाच म्हातारा मला वाचवील असे मला वाटत होते.

"तुम्ही घरी पत्र लिहा– अर्थात, राखी तुमच्याकडे गेली तर. तुम्ही इकडे ठरवलंय म्हणून सांगा."

"मुलगी कुठून आणू, मुलगी?"

"मी आहे ना!"

"तुम्ही?" हा म्हातारा आहे का अल्लाउद्दीनचा दिवा आहे ते मला कळेना! शेवटी मी तो जादूची अंगठी असावा असे ठरवले.

"मी, म्हणजे माझ्याजवळ आहे एक बरी मुलगी."

मी रूमवर सटकावे का काय असा विचार करीत होतो. तेवढ्यात जोगळेकर आजोबा ऊर्फ जो. आ. म्हणाले, "तुम्ही काळजी करू नका, मी रोजच इथं असतो, तुम्हालाही रोज पाहतोय. We are hotel brothers."

आम्ही निघालो. मी रूमवर येऊन पडलो. बिल आजोबांनी दिले होते. त्यामुळे त्यांच्या चांगुलपणाबद्दल प्रश्नच नव्हता. अऱ्या घरी गेला.

दुपारी पुन्हा अऱ्या घरात न झोपता माझ्या डोक्याशी कटकट करायला हजर.

"आयला! पक्या! आजोबा इज ग्रेट!"

"मरू दे रे!"

"तो मरून चालणार नाही!"

"बरं! नाही!"

"का ते नाही विचारलंस!"

"कशाला?"

"तुम्ही लटकलात!"

"काय?"

"तुम्ही लटकलात!"

"तेच तेच काय परत परत बोलतोयस. काय झालं ते सांग!"

"मी घरी गेल्यावर बाबांना सांगितलं की, कालची मुलगी मला पसंत आहे म्हणून. राखी अँड हर फादर वेअर स्टिल देअर! मग राखी डॅडींच्या कानात काहीतरी बोलली. निर्लज्ज साली, मग त्यांनी मला काँग्रॅच्युलेशन्स केले.

"अस्सं! पण त्यात मी कुठे आलो?"

"सांगतो रे! जरा विचार जुळवतोय."

"विचार म्हणजे काय कविता आहे काय? काय असेल ते बोल झट्कन!"

"राखीचे डॅडी माझ्या डॅडींना म्हणाले, 'याचा मित्र आहे ना? प्रकाश किंवा अशोक असे काही तरी नाव आहे त्याचे.' मी उठलो आणि पक्या पळत पळत तुझ्याकडे आलो रे!"

"चला आजोबांकडे."

आजोबा आमची वाटच पाहत असावेत; पण अर्थात त्यांना आम्ही सांगायच्या आधीच सगळे कळले होते असे दिसले. कारण आम्ही आत जाताच त्यांनी हातातले पुस्तक बंद केले आणि डायरेक्ट अऱ्याला विचारले,

"कालची दुसरी मुलगी कशी होती?"

"कुठली दुसरी मुलगी?"

"तुम्हाला सांगून आलेली."

"बरी होती.''

"यांच्या दृष्टीने?''

"हो.''

"पत्ता द्या!''

"संध्याकाळी.''

आजोबांनी आमचा मिरजेचा पत्ता घेतला. आम्ही दोघेही अशा रीतीने लटकलो. सगळी आजोबांची कृपा! राखीच्या तावडीतून सुटलो.

आमची लग्ने होऊन महिना झाला. जोगळेकर आजोबांना आम्ही चहाला बोलावले होते.

जोगळेकर आजोबा ऊर्फ जादूची अंगठी आमच्याकडे आले. चहापानास. अन्याचे आई-वडीलही होते. ते आजोबांना म्हणाले, ''काका तुमची कमाल आहे!''

''हॅं! हॅं! कमाल कसली! अरे अशी खूप लग्नं जमवलीत.''

''म्हणजे?''

आमच्या 'म्हणजे'त दोन आश्चर्ये होती. एक म्हणजे काकांच्या चेहऱ्यावरचे मिस्कील हास्य आणि दुसरे म्हणजे त्यांचे स्टेटमेंट.

''सांगतो!''

''हं! बोला आजोबा!''

''तुमच्याच सारखे अनेक तरुण मी हॉटेलात बसल्या बसल्या पाहत असतो. गेली ६५ वर्षे पुण्यात गेल्यामुळे निम्म्यापेक्षा जास्त पुण्याला मी अरे! जारे! स्वरूपात हटकू शकतो. काय? हटकू शकतो. कोण? मी! तुमच्यासारखे तरुण. कोण? तरुण.'' जो. आ. फॉर्मात होते. त्यांना थांबवणे शक्य नव्हते. आम्ही आपले 'हूं! हूं!' म्हणत होतो. ''फॅशन म्हणून लग्न करायचं टाळतात. कुणालाच कारणं सांगता येत नाहीत. अशा त्रिज्येत येणाऱ्या तरुणांना मी मार्गी लावतो. कुठे? मार्गी! आता तुम्ही जिला राखी म्हणताय ती चालली अमेरिकेला. तिचं लग्न ठरून दोन वर्षे झाली. तिचा विषय तुमच्या चर्चेत मी ऐकला होताच, एक दिवस कुणीतरी तिचं नाव बोललं, तेवढं मला पुरे होतं. या पोरीच्या (म्हणजे मिसेस अन्या) बापाला म्हणालो– 'तुम्ही जा, मी आहेच.' राखीला भेटलो आणि तिला सर्व परिस्थिती समजावून सांगितली, तीही तयार झाली. बाकी सगळं एकदम सोपं होतं. तुम्ही कुठेही गेलात तरी शेवटी हॉटेल 'शब्दाली'त येणार याची खात्री होतीच. सुदैवाने तुम्ही माझ्या टेबलावर आलात. खरं तर रोज तुम्ही तिथे बसता म्हणून मी तिथे बसलो होतो. कपबशा हलवून माणसे उठवायचा तुमचा डाव मला बघून बघून पाठ झालेला होता. राहता राहिले तुमचे आई-वडील. तेही हो म्हणाले.

चला आता पुन्हा उद्योगाला लागलं पाहिजे. आणखी एक तरुण आहे. किंकर्तव्यमूढ झालेला, त्याला गाठायचाय!''

जोगळेकर आजोबा निघाले. अर्जुनाला 'तस्मात् उत्तिष्ठ कौंतेय!' असा उपदेश करणाऱ्या कृष्णाच्या आवेशात आणखी एका तरुणाला संसाराच्या कुरुक्षेत्रावर ढकलायला. सर्वांनी त्यांना हात जोडून नमस्कार केला.

◆

‘झनाना-ई-ख्वाब’

“मनाचा जनानखाना फार मोठा असतो!” माझा एक मित्र मला सांगत होता. मी मान डोलावली. “आता हेच बघ ना, ती मुलगी चहा पीत बसली आहे, ती कुणाची तरी वाट बघते आहे. माझ्या मनात तिच्याबद्दल वाईटसाईट विचार येताहेत. म्हणजे कुणाला कळलेच तर तो त्यांना वाईटसाईट म्हणेल. पण त्याला तसंच वाटेल. उदाहरणार्थ तू!” मी दचकलो. आम्ही त्रिवेणीत चहा पितोय. माझी पाठ दाराकडे आहे. माझ्या मित्रांचे तोंड दाराकडे आहे. माझ्या पाठीस डोळे नाहीत. मनात विचार जनरल ने विनचे आहेत, “तुझ्या मनात काय विचार आहे ते या क्षणी सांग!”

“जनरल ने विन हा ब्रह्मदेशाचा नेता, अतिशय थोर आहे. त्याच्यासारखा मी का थोर नाही झालो? म्हणजे गणपती, सत्यनारायणात, आर. डी. बर्मन नावाच्या मूर्ख माणसाच्या साहाय्याने आपल्या देशात जे ध्वनीप्रदूषण चालते ते मी माझ्या मशीनगनच्या साहाय्याने बंद पाडले असते. सगळ्या हिंदी पिक्चरच्या गोष्टी इंग्लिश पिक्चरवरून चोरून भरपूर पैसे उकळणाऱ्यांना आत घातले असते आणि ते पिक्चर मिटक्या मारत बघणाऱ्यांना फटके मारले असते!” एवढे बोलून मी माझे भाषण संपवले नि पुन्हा चहा व सिगारेटचा आस्वाद घेऊ लागलो.

आत्तापर्यंत गप्प असलेला पक्या एकदम पेटाला व तो शिऱ्याला म्हणजे मनाचा जनानखाना बाळगणाऱ्या माझ्या मित्राला म्हणाला, “शिऱ्या, तू त्या मुलीला विचारतोस? आपण तिच्याशी लग्न करायला तयार आहोत!”

“अरे, पण तुला लग्न करायचंय तर तू शिऱ्याला कशाला मध्यस्थी घालतोस? तूच विचार. नाहीतर धाड् धाड् मशिनगन उडवत पळवून ने!”

माझ्या डोक्यात अजून जनरल ने विनने स्टेनगनच्या साहाय्याने फोडलेले ड्रम्स होते. कालपर्यंत माहीत नसलेला हा ब्रह्मी नेता आज माझा हीरो होता.

“आयला! ती मला चपलेने मारील, शिऱ्या विचार ना तू तिला!”

“मला विचारायचं तर माझ्यासाठीच तिला विचारीन की. तुझ्यासाठी मी का

चपला खाऊ?'' शिऱ्याने विचारले.

''हीच का तुमची आमची दोस्ती?'' पक्याने आपला बावळट चेहरा आणखी बावळट करीत म्हटले.

मी आता मागे वळून बघितले. ज्या व्यक्तीबद्दल ही चर्चा चालली होती, ती व्यक्ती कोण असावी हे कुतूहल अनिवार्य होऊन मी बघितले. माझ्या शरीरातून झिणझिण्या गेल्या. ती निर्मला होती. अतिशय सुरेख, संगमरवरी मुलगी. तशा आमच्या बऱ्या-वाईट खूप मैत्रिणी आहेत; पण त्यांना बघून अशा झिणझिण्या माझ्या शरीरातून कधीच गेलेल्या नव्हत्या. ''पक्या, मी त्या मुलीशी बोलतो. काय देणार?'' मी विचारले, ''मसाला डोसा!'' पक्या खाडकन उद्गारला. मी उठलो, स्टायलीत सिगारेट विझवली. स्टेनगन सावरली. मनातल्या मनात जनरल ने विनचे नाव घेतले नि त्या टेबलाच्या दिशेने भूमी नमवीत चालू लागलो. त्या मुलीचं नाव निर्मला होतं हे मला माहीत होतं. आडनाव भिडे, लिमये, फडके या जमातीतलं असणार याची खात्री होती. नसलेच तर दिघे, देशपांडे, कोतवाल असणार होती ती. 'चला, मासे खायला मिळतील,' या विचाराने मी आणखी पुढे सरकलो. कालच टिळक रोडवर 'निर्मला!' अशी तिच्या मैत्रिणीने हाक मारलेली मी ऐकली होती. त्या गडबडीत ती सायकलवरून मागे बघत असताना तिचा तोल गेला होता. ती सायकलवरून पडायच्या आत मी तिच्या कॅरिअरला म्हणजे– सायकलच्या कॅरिअरला व सायकलच्याच हँडलला धरून तिची पतनातून मुक्तता केली होती. ती थँक्स म्हणाली नि मग सगळ्या मैत्रिणींबरोबर गेली होती. मला अजूनही माझ्या प्रसंगावधानाचे आश्चर्य वाटत होते. ती आज कुणाची तरी वाट पाहत होती. मला वाईट वाटले. पण ती मला चप्पल मारणार नव्हती आणि त्याहीपेक्षा महत्त्वाचे म्हणजे पक्या मला मसाला डोसा देणार होता. तीन टेबले पार करेपर्यंत माझ्या मनात एवढे विचार येऊन गेले आणि त्यातला शेवटचा विचार तर फारच अप्रतिम होता. पक्याकडून मसाला डोसा मिळवणे ही सोपी गोष्ट नाही. त्याच्या तोंडून असलं काही बाहेरच पडत नाही. मात्र, त्याचा एक गुण आहे. तो एकदा मसाला डोसा चुकून का होईना म्हणाला की मग देतोच आणि आज तो मसाला डोसा बोलला होता. शिऱ्या साक्षीला होता. मी निर्मलाच्या समोर बसलो नि म्हणालो, ''नमस्ते!'' ती आजही कालच्याइतकीच दचकली. तिच्या हातून ग्लास लवंडला. पाणी वाहू लागले. मी घाईघाईने ग्लास उचलला. नेल्सनने ज्या शिताफीने (नेल्सन नसेल तर जो कोणी असेल तो– चूकभूल द्यावी घ्यावी) राणीचे पाय भिजू नयेत म्हणून कोट पसरला होता, तितक्याच शिताफीने मी माझ्या खिशातला रुमाल काढून तिच्या बेलबॉटमवर पाणी पडू नये म्हणून तिच्या बाजूला टेबलावर ठेवला नि वेटरला हाक मारून टेबल पुसायला सांगितलं आणि बोटांनी त्या पाण्याचा प्रवाह डायव्हर्ट करू

लागलो. 'अवर प्रोड्युसेथ द मॅन!' (अवर म्हणजे तास, म्हणजे प्रत्येक घटका एकेका माणसाची असते किंवा ऐनवेळी कुणी ती हरीचा लाल त्या संकटसमयी करंगळी पुढे धरून धावत येतो नि आपली सुटका करतो, संकटांचा गोवर्धन उचलून. म्हणजे प्रत्येकाची एकेक वेळ असते.) याप्रमाणे या पाणी सांडण्याच्या सिच्युएशनला मी अतिशय योग्य माणूस होतो. माझा मित्र राजा, सुधीर आणि श्री हे तिघे ग्लास फोडण्यात अतिशय पटाईत. कायम हातवारे करणारे हे तरुण आठवड्यात काचेचे दोन तरी पेले निजधामास पाठवतात. तीन चहा नि एक ग्लास हे त्यांचं स्टँडर्ड बिल असतं. त्यामुळे नेमकी हीच सिच्युएशन असल्यामुळे मी सिलोनची बोलिंग खेळून रन्स करणाऱ्या पार्थसारथी शर्माच्या सहजतेने प्रसंगातून निभावून गेलो. पुढे इंग्लंड, ऑस्ट्रेलियापुढे नांगी टाकणार हे किती सहजतेने मी सूचित केलंय, हे इथे क्रिटिक्सच्या लक्षात यावं.

झालेही तसेच. निर्मलाने पुढचा बॉल टाकला तो थॉम्सनच्या वेगाने. मला वाटलं होतं, ही तरुणी कौतुकाने हे सगळे कर्तृत्व बघते तर आता नक्की म्हणणार 'अय्या, तो अमकातमका कसा आला नाही अजून?' मग आम्ही म्हणणार, 'वही होता है जो मंजुरे खुदा होता है! तो नाहीतर नाही, मी आहे ना!' झालं! हे सगळं आमचं प्लॅनिंग. आमचे वडील श्री. कारकून, सामान्य जंता. मी वडिलांचे सहावे अपत्य. त्यांच्या प्लॅनिंगचे झाले तेच आमच्या प्लॅनिंगचे झाले. ती काहीच बोलली नाही.

मी तिला इथे का आलो, आमची पैज लागली आहे वगैरे समजावून सांगितले. निदान, काल तुम्ही माझ्या मदतीला कसे धावून आलात वगैरे ती म्हणेल ही अपेक्षा. त्याऐवजी ती माझं बोलणं संपल्यावर म्हणाली, "काय घेणार?" नॉर्मल कोर्समध्ये, 'काय घेणार?' असं मित्राने म्हटल्यावर स्कॉच, व्हिस्की, शँपेन, शिवास रिगल व कॅमल किंवा स्टेट एक्स्प्रेस सिगारेट सांगायची आमची पद्धत. साला चहा नि बिडीच मारायची, पण ती तरी मस्तीत मारावी. वेटरलाही हे माहीत. काहीही सांगितलं तरी तो चहा नि चारमिनारच आणून देतो; पण एखाद्या तरुणीने हॉटेलात असं काही विचारायची ही पहिलीच वेळ. त्यात आम्ही 'मेल शॉविनिस्टिक पिग!' आंतरराष्ट्रीय महिला वर्षात (सुदैवाने आता ते संपले) का होईना पण तरुणीने आपल्याला काही खायला घालावं हे कसंतरीच वाटायला लावणारं कृत्य होतं. पण निर्मला चतुर होती. खरं म्हणजे शेफाली, वैशाली, रूपाली असली वाघ-सिंहिणींची मॉडर्न नावे असलेल्या मुलीच स्मार्ट व हुशार असतात अशी आपली एक खुळी समजूत आहे किंवा होती. निर्मला नावाची तरुणी सुंदर असेल, किंबहुना त्यामुळेच ती हुशार व स्मार्ट कशी असेल हे आमचे त्रैराशिक. त्यामुळे निर्मला जेव्हा म्हणाली, "मी पैसे देणार हे तुम्हाला कसंतरीच वाटतंय..." तेव्हा मी गडबडलो.

पण तिचं वाक्य पुरं व्हायच्या आत स्वत:चा रिकामा खिसा डोळ्यापुढे येऊन सावरलो आणि ''छे! छे! तसं काही नाही, तुम्ही देणार, तेव्हा काय सांगावं याचा विचार करतोय!'' असं म्हणालो.

''स्पेशल घी मसाला डोसा आधी सांगू. मग तुम्ही विचार करा!'' असं निर्मला म्हणताच माझ्या हृदयाचा ठोकाच चुकला. किती दिवसांची ख्वाइश, तमन्ना, ख्वाब, स्वप्ने वगैरे पूर्ण होत होती. एक रुपया पंचवीस पैसे किमतीचा हा डोसा खायचा हे आपलं फार पुराणं स्वप्न होतं. पुढच्या वर्षी बँकेत चिकटलो की पहिल्या पगाराला येऊन 'स्पेशल घी मसाला डोसा' खायचा असे मनसुबे आम्ही रचलेले आणि ही नीलम परी स्वर्गातून पृथ्वीवर केवळ आपली मनोकामना पूर्ण करायला उतरावी! ही कामधेनू तर नव्हे? किंवा दिलीपराजाने संरक्षण केलेली वसिष्ठ मुनींची कपिला तर नाही? पण छे! ही कपिला कशी असेल? ही सुंदर शिंगे दोन, शेपूट किती हे छान, जरी काळीही दूध पांढरे देई, लागते गोड ते आई! अशी ती कपिला काळी होती. तिने दूध पांढरे दिले तरी, निर्मला काय मला दूध देणार? हा विचारही तेवढ्यात मनात येऊन मी लाजलो. निर्मला चक्क गौरवर्णी युवती. तिला कपिला म्हणू नये एवढं मला कळत होतं.

''अ पेनी फॉर युवर थॉट्स!''

हे निर्मलाचे वाक्य ऐकून मी टणकन उडालो. ओह, व्हॉट द हेल? ही बालिका चक्क ब्रिटिश बोलते? एक करेक्ट सेंटेन्स? म्हणजे ती नक्कीच कॉन्व्हेंटमध्ये गेलेली नव्हती.

''मी आपल्याला कामधेनू म्हणावं की कल्पवृक्ष म्हणावं याचा विचार करीत होतो. पण हे सगळं का? म्हणजे तुमची नि माझी ओळखदेख काही नाही. काल मी जे केलं ते दुसऱ्या कुणीही केलं असतं. उलट आपल्या मदतीला यायची संधी दिल्याबद्दल आपले आभार मानावे तितके थोडेच!'' आमची आई नेहमी म्हणते हे कार्टं मधाळ जिभेचं आहे. आता निर्मलाला आमच्या जिभेचा मध चाटवला तर त्यात (हे शाब्दिक बरं का?) आमचं काय चुकलं?'' यावर निर्मला खो खो हसली.

''काय झालं, तुमच्याबद्दल आम्ही बरंच ऐकून होतो. एवढे चांगले क्रिकेटर शिवाय कॉलेजच्या मॅगझीनमधल्या तुमच्या कविता वगैरे!'

''तुम्ही आमच्या कॉलेजात आहात?'' माझा जबडा लोंबू लागला. ही इतकी चिकनी तरुणी आपल्या कॉलेजात असून आपल्याला माहीत असू नये? हाय रे कर्मा! वगैरे वगैरे.

''नाही, मी तुमच्या कॉलेजात नाही; पण तुमची कीर्ती आमच्या कॉलेजपर्यंत पोचली आहे. तुमचा तिरसटपणा, तुमचं फक्त मित्रांशीच गोड बोलणं, विनोद वगैरेपण!''

"मग? मी काय करू?" मी तिरसटलो.

"तर मी आमच्या मैत्रिणींशी पैज मारली, की मी यांना भेटून बोलून दाखवीन. तर मैत्रिणी म्हणाल्या दाखवच!"

"फार अवघडच कामगिरी असेल तुझ्यासारखीला?"

ती लाजली. आमच्या टेबलावर सावली पडली. मी वर बघितले. शिऱ्या नि त्याच्या मागे पक्या! पक्या माझ्याकडे खाऊ का गिळू नजरेने बघतोय! निर्मलाशी लग्न करायचं होतं ना त्याला!

"तुमचं चालू द्यात. पक्या म्हणतोय कितीही वेळ बोलला तरी फक्त मसालाच मिळेल, आम्ही जातो!"

"अरे थांब. थांब. पक्या तुझ्या कामाचंच बोलातोय मी!"

"याचं कसलं काम?"

"त्याला तुझ्याशी लग्न करायचंय!" मी भाबडेपणाने सांगून टाकले. पक्या लाजेने ठार जांभळा झाला, लटलटा कापू लागला. मी शिताफीने उठून निर्मलाला आत सरकवून तिच्या शेजारची जागा पटकावली नि त्या दोघांना समोर बसवलं.

"माझ्याशी लग्न करावं असं बऱ्याच जणांना वाटतं खरं; पण अशा प्रत्येकाशी लग्न करणं मला कसं शक्य आहे?"

"पण मी चेष्टेत म्हटलं होतं!" पक्या म्हणाला.

"हेच तर चुकतं. तुम्ही खरोखरच सिन्सिअरली म्हणाला असता की, त्या सगळ्यांना वाटतं त्यापेक्षा माझं म्हणणं जास्त प्रामाणिक आहे, तर या क्षणी मी तुमच्याशी लग्न केलं असतं; पण मी धाडकन जाऊन विचारलं, की सगळे म्हणतात तसं काही नाही. मी चेष्टेत म्हटलं होतं. लग्न ही काय चेष्टेची गोष्ट आहे?"

"ए बाईऽऽ! जास्त पिळू नकोस, पक्या आमचा हळवा आहे! नि आवाज चढवायचं कारण नाय!" मी दम दिला.

ती गप्प झाली. पक्या उठून चालू लागला. शिऱ्याने त्याला परत आणला. मला काय वाटलं कुणास ठाऊक! मी म्हटलं, "मग माझ्याशी लग्न करतेस?" ती म्हणाली, "माझ्या काही अटी आहेत!"

"अटी असतील तर गेलीस उडत! 'ॲज इज व्हेअर इज' या कंडिशनवर हे टेंडर आहे!" मशिनगनच्या धाड धाड फैरी उडाल्या.

"मला बाबांना विचारायला हवं!" स्पेशल मसाला डोसा विथ घी आला.

"आता बाबा कुठले आले? या क्षणी लग्न करीन म्हणताना लाज नाही वाटली?" जनरल ने विन माझ्या मुखातून बोलला.

च्यायला मी हे चेष्टेत बोललो. आई शपथ, साली रडायलाच लागली. मी

मसाला डोसा खाल्ला. पक्याने मला खूण केली मग मी खाता खाताच रुमालाने तिचे डोळे पुसले. शिऱ्या-पक्या कटलेले मला कळलेच नाहीत.

माझ्या लग्नात या जोडीने पन्नास जिलब्या खाल्या. मी पक्याला म्हटलं, "लेका, तुला वाईट वाटलं कारे?"

तो म्हणाला, "मनाचा जनानखाना फार मोठा असतो!"

माझ्या सासऱ्याच्या वशिल्याने आम्ही तिघे नोकरदार आहोत. निर्मलाने आपल्या दोन मैत्रिणी त्यांच्या गळ्यात मारायचा घाट घातलाय. त्यामुळे तेही लवकरच दावणीला लागतील याची मला खात्री आहे. अजूनही पक्याने मला 'मसाला डोसा' मात्र दिलेला नाही. माझ्या खोलीत जनरल ने विनचा एक फोटो लावला आहे, त्याचे रहस्यही कुणाला माहीत नाही.

◆

एका न्यूनगंडाची गोष्ट

मी आणि माझा मित्र विनय घोसाळकर फिरायला चाललो होतो. तसे आम्ही रोजच जात होतो म्हणा; पण त्या दिवशी मी विनय घोसाळकरला मानला. ॲज इटीज तो तसा थोर, मानण्यायोग्य वगैरे माणूस आहे. प्रत्येक गोष्टीस त्याची थिअरी असते आणि ती खरी असायलाच पाहिजे असा त्याचा दावा असतो. आता लॉर्ड्सच्या मैदानावर भारताचा बेचाळीस स्कोअर झाला त्या वेळेस भानुविलासमध्ये डोअरकीपरच्या वशिल्याने मिळालेल्या कॉम्प्लीमेंटरी पासवर सती सावित्री बघणाऱ्या या तरुणाने, 'इंग्लंडने भारतीय टीमला पैसा चारला, मला ठाऊक आहे.' असे छातीठोकपणे सांगायचे काय कारण?

दुसरे म्हणजे हे बाळ कोलकात्याला होते. त्यामुळे तुम्ही यांना काहीही सांगा, 'हमाऽऽरे कलकत्तेंमें ये चीज इतनी बडी मिलती थीऽऽ' म्हणून यांच्या गोष्टी सुरू. एकदा तर चक्क कोलकत्याला एक माणूस असा निघाला की त्याने डाव्या गालावरून ब्लेड फिरवली, तर उजव्या गालाची दाढी होत होती. असा हा विनय त्या दिवशी मला म्हणाला, "बाळ, या माणसाला सॉलिड इन्फिरिऑरिटी कॉम्प्लेक्स आहे बघ!''

"मग तुला काय लिक्विड कॉम्प्लेक्स आहे काय?''

विनयचा 'सॉलिड' हा शब्द एकदम आवडता, त्याचा पाऊससुद्धा सॉलिड पडतो.

"फालतू विनोद करू नकोस!''

खरं म्हणजे माझा विनोद करायचा हेतू नव्हता, तर मला विनयच्या बोलण्याचा ट्रॅक बदलायचा होता. कारण हा तरुण जर आध्यात्म किंवा मानसशास्त्र किंवा असल्या अगम्य गोष्टीत शिरला, तर समोरचा माणूस म्हातारा होई. त्यामुळे मी त्याने फालतू म्हटलेले ऐकून घेतले. पण माझा त्याग फुकट गेला.

"बाळासाहेब! न्यूनगंड ही एक अशी चीज आहे, की ज्यापोटी जगात आत्यंतिक महत्त्वाच्या उलाढाली होतात.''

"असेल असेल, राहुलला स्क्रीमिंग टार्गेट लागलाय. शिवाय पॅटनृही परत येतोय."

"पॅटनृलासुद्धा सॉलिड न्यूनगंड असणार बघ!"

"असं का? मी सिगारेट घेऊन येतो. तू टेबल धर, चहा पिऊन मग आपल्याला तुझ्या काकांकडे जायचंय!"

असं म्हणून मी सिगारेट आणायला गेलो, तिथेच एक मित्र भेटला म्हणून आणि विनयच्या डोक्यातला न्यूनगंड नाहीसा व्हायला मदत व्हावी म्हणून थोडा वेळ काढला. काळ हे सर्व दु:खांवरचे औषध असले तरी परतल्यावरचे न्यूनगंडावर विनयचे पहिलेच वाक्य माझ्या या प्रयत्नावर पाणी टाकून गेले.

म. टा. च्या भाषेत बोलायचे तर बाळासाहेबांच्या प्रयत्नावर पाणी टाकत टाकत त्यांनी बाळासाहेबांची दांडी उडवली.

"तू जो माझ्या डोक्यातला न्यूनगंडाचा विषय जावा म्हणून वेळ काढलास, त्याला कारण तुझ्या मनातला न्यूनगंड. पण बाळ लक्षात ठेव– न्यूनगंडावर जग चालते."

"तू म्हणतोस ते सर्व खरं आहे; पण मला का म्हणून पिळतोस? जग कसेही नि कशावरही चालले तरी मला चालेल; पण माझी रविवार सकाळ खराब करू नकोस."

माझं नशीब तरी सालं असं खराब, की ज्याच्यावरून विन्याला न्यूनगंडाचा कंड सुटला तो तरुण वैशालीच्या प्रवेशद्वारातून प्रवेश करता झाला. या माणसास न्यूनगंड किंवा ओरिजिनल मेड इन जर्मनी बाय फ्रॉईड किंवा फ्रुईडने (ज्याला जो उच्चार बरोबर वाटेल तो वाक्यात घालून घेणे, उरलेला खोडणे. एक म्हणजे माझं इंग्रजी कच्चं आहे आणि दुसरं म्हणजे मला सायकॉलॉजी हा शब्द फक्त माहीत आहे आणि आता न्यूनगंड हा दुसरा शब्द. बाकी माझा नि सायकॉलॉजीचा संबंध नाही. तेव्हा या कथनात ज्या काही चुका असतील त्याकडे दुर्लक्ष करावे.) ज्याला इन्फिरिऑरिटी कॉम्प्लेक्स म्हटले त्या भावनेचा किंवा मानसिक अवस्थेचा नि या आपल्या वैशालीत प्रवेश करू इच्छिणाऱ्या तरुण साइड हीरोचा काही संबंध असेल असं वाटत नव्हतं. काय उमदे व्यक्तिमत्त्व होते त्या तरुणाचे, कुठलाही फिल्मी हीरो झक् मारेल. चालण्या–वागण्यात कमालीची सहजता नि नैसर्गिक रुबाब, प्रत्येक गोष्टीवर त्याच्या व्यक्तिमत्त्वाचा ठसा, मेंढ्यांच्या कळपात काळवीट कसा दिसेल तसा तो दिसत होता. आपल्याला असं व्यक्तिमत्त्व असतं, तर ताज इंटरकॉंटिनेंटल किंवा ओबेरॉय शेरेटनच्या लाऊंजशिवाय मी वावरलो नसतो.

"बघ, बघ! तो न्यूनगंडवाला हीरो, मी सांगतो त्याला नक्कीच न्यूनगंड आहे." या विनयच्या वाक्याने मी विचारांच्या गर्दीतून विनयच्या न्यूनगंडाच्या 'वन वे'त शिरलो. विनय दाखवित होता तो तरुण दिसायला खरोखरच हीरो होता. उंचापुरा, गोरापान, बांधेसूद शरीराचा, अव्यंग असा हा तरुण स्कूटरवरून वैशालीला

आला होता. कपडेही भारी होते. अशा परिस्थितीत त्याला न्यूनगंड का असावा, हे तर मला कळले नाहीच; पण त्याला न्यूनगंड आहे हे विनयने कशाच्या आधारावर म्हटले हेही मला कळले नव्हते; पण विनयपुढे ते बोलण्यात काहीच अर्थ नव्हता. मात्र, या न्यूनगंडाच्या मागे काय असावे ते मूळ कारण शोधणे सध्या आवश्यक होते. विनयच्या वाहत्या प्रवाहाला बांध घालण्याचा काहीच उपयोग झाला नसता.

"विन्या, तुझं हे न्यूनगंड वगैरे काय आपल्याला कळत नाही बघ!" मी विन्याला चावी मारली.

"त्याचं काय असतं, माणसाला न्यूनगंड असतो."

"हो का? कुठे असतो तो?" अज्ञ बालकाने प्रश्न केला.

न्यूनगंड हा टॉन्सिल्स किंवा गंडमाळा याप्रमाणे काहीतरी कापून काढायचा किंवा सुजणारा शरीरांतर्गत प्रकार असावा, असं मला वाटत होतं.

"कुठे काय गाढवा!" विन्या गरजला.

"न्यूनगंड रे! जशा टॉन्सिल्स घशाजवळ असतात, अपेंडिक्स पोटात असतं, तसं न्यूनगंड का काय, ते कुठे असते?"

"ओह! यू आर इंपॉसिबल!" आता माझ्या डोक्यात बत्ती लागली. शिरू झमझमवाला नावाच्या बाईच्या सहवासात आल्यामुळे याचं असं झालं असावं, मी तसे बोलून दाखवले.

"तू मूर्ख आहेस असं मी म्हणतो ते काय उगीच? शिरू इकॉनॉमिक्सची इंग्लिश मिडियमवाली पोरगी आहे, ती 'ओह! यू आर इंपॉसिबल' म्हणते खरी पण तिला न्यूनगंड आहेच!"

"तिला कुठाय?"

"तुला काय न्यूनगंड म्हणजे शारीरिक अवयव वाटला की काय?"

"मला तरी तसंच वाटलं होतं, बाबा! आता तू जर नाहीच म्हणत असशील तर आपलं राह्यलं!"

"न्यूनगंड ही एक मानसिक अवस्था असते!"

"असं का; म्हणजे ते भगवान रजनीश...!"

"ते नाही रे मूर्खा! दॅट्स डिफरंट!" मला मध्येच अडवत विन्या उद्गारला. "तुला इन्फिरिऑरिटी कॉम्प्लेक्स माहीत आहे ना, त्याला मराठीत न्यूनगंड म्हणतात."

"हां! तो होय! चांगलाच माहीत आहे, चांगला सॉलिड कॉम्प्लेक्स असतो नाही?" विन्याने ट्रॅक बदलावा म्हणून मी उद्गारलो. बाय धिस टाईम, चहा, सिगारेट पिऊन झाले होते नि आम्ही बाहेर पडलो. आम्हाला विन्याच्या काकांकडे जायचे होते. का ते मला मुळीच ठाऊक नव्हते. पण सकाळी उठून विन्या माझ्याकडे आला होता नि माझ्याबरोबर काकांकडे चल असं म्हणाला होता.

विन्याचा कोलकाता तर काकांची बर्माफ्रंट. त्यांनी मला ब्रिटिश आमदानीतून १९३८ पर्यंत आणलं होतं. आता दुसऱ्या महायुद्धात त्यांनी काय काय केलं त्याची सुरुवात ते करणार होते. त्या दिवशी विन्याच्या चुलतभावाने मला वाचवले होते आणि बाहेर नेऊन सावधगिरीची सूचना दिली होती.

"हे बघ, लवकर सुटलास!"

"आयला, लवकर कसलं? दोन तास झाले की आता!"

"ते जर दुसऱ्या महायुद्धात शिरले तर इथे पाच वाजले असते."

मी घड्याळ बघितले. तेवढ्यात भोंगा वाजला. मी सकाळी ८ वाजता कॅरॅक्टर सर्टिफिकेटसाठी आलो होतो. मी कर्नल घोसाळकरांच्या चिरंजीवांचे मनोमन आभार मानले.

"आणि हे बघ, दर वेळेला मी इथे असेनच असं नाही, ते चुकून जरी सेकंड वर्ल्ड वॉर म्हणाले तरी 'हो आलोच!' वगैरे म्हणून काढता पाय घेत जा. बाहेर मित्र हाक मारतोय म्हणायचं नि सटकायचं बघायचं!"

त्या दिवसानंतर मी परत त्या दिशेने फिरकलोच नव्हता, तो आता विन्या चल म्हणाला म्हणून चाललो होतो. पण विन्या इन्फिरिऑरिटी कॉम्प्लेक्स अर्थात न्यूनगंड या विषयावर बोलत नव्हता एवढी एकच दिलासा देणारी गोष्ट त्यात होती. होता होता काकांचे घर आले. विन्या इकडे-तिकडे बघत होता. मी विन्याच्या मागे होतो. विन्याने बेल वाजवली. दार उघडले गेले. विन्याच्या झोकांड्या जाऊ लागल्या. आतून कुणीतरी कोमल आवाजात 'हाय!' म्हणाले. मी मागे असल्यामुळे मला ध्वनिनिर्मिती करणाऱ्या स्वरयंत्राची मालकीण दिसत नव्हती. पण आवाजाप्रमाणेच ती असेल, तर बरी असावी. मी मागून दिन्याच्या पाठीत इंग्लिश पिक्चरमध्ये पिस्तूल पिस्तूल लावतात तसे बोट खुपसले. विन्या टणकन उडाला. तो देहभान, आजूबाजूचे जगच विसरला असल्यामुळे, मागे मी होतो हे विसरला असणे साहजिकच होते. त्याचे पाय जमिनीला टेकताच आम्ही आत प्रवेश करते झालो. दिवाणखान्यात शिरल्यावर "काय? काका कुठेत?" असा प्रश्न विन्याने केला.

"काका बाहेर गेलेत!"

"काकू?"

"त्यापण बाहेर गेल्यात!"

"जन्या?" म्हणजे सदरहू काका-काकूंचे चिरंजीव. यांनीच आम्हास "राजा! काकांचा दिवस आहे!" अशी सावधगिरीची सूचना दिलेली. "जनादादा लोणावळ्याला गेलाय."

"बरं! मग मी निघतो!"

"हे काय, बसा की!"

आता हा नाही म्हणतोय की काय अशी मला भीती पडली होती. कारण

एवढा वेळ मी उपरोक्त उत्तरायणाचे – उत्तरायण म्हणजे उत्तर देणारी व्यक्ती अशी माझी आपली समजूत. असले संस्कृतप्रचुर शब्द वारले की भाषा समृद्ध होते. तर त्या उत्तरायणाचे निरीक्षण करीत होतो. फँटास्टिक माल होता. इतके दिवस ही अप्सरा कुठे दडी मारून बसली होती कुणास ठाऊक आणि ती अवतीर्ण व्हावी तीसुद्धा विन्याच्या काकाच्या घरात? जेव्हा विन्या 'पाच मिनिटं वाट बघून जातो!' असं म्हणाला तेव्हा मलाही बरं वाटलं. आम्ही पाच मिनिटं वाट बघायला म्हणून स्थानापन्न झालो. विन्याच्या काकांचंच घर असल्यामुळे तो तिथे मोकळेपणानंच वावरत होता; तर त्याचे काका नसल्यामुळे मीही ऐसपैस बसलो होतो. या सुंदरीच्या अस्तित्वाची कल्पना असती तर मी वारंवार दुसऱ्या महायुद्धाची हकीकत ऐकायला आलो असतो. तेवढ्यात विन्या म्हणाला, "ही नूतन, जन्याची मावसबहीण! हा माझा मित्र बाळ! नूतन, मी तुला म्हटलं होतं ना, तो हाच! यालाच न्यूनगंड, इन्फिरिऑरिटी कॉम्प्लेक्स आहे!" अगा गा गा गा! मी झोऽऽपलो! याला काही अर्थ आहे का? हा सरळ पाठीत सुरा खुपसला होता विन्याने.

"बाळ! नूतनची एक थिअरी आहे! इन्सिडेंटली ती खूप हुशार आहे बरं का? स्त्री असून (हॅऽऽहॅ! तिच्याऽयूला) काय सायकॉलॉजी आहे तिची. तर तिचं म्हणणं असं की, माणूस खूप मोठा होतो ना, तो इन्फिरिऑरिटी कॉम्प्लेक्समुळे. ती सायकॉलॉजीतच रिसर्च करणार आहे. (घ्या सुरनळी करून!) काय होतं की इन्फिरिऑरिटी कॉम्प्लेक्स असतो ना..." विन्या इथे काकासे पुतण्या सवाई बनत होता. किती पिळायचं? त्यातूनही मी आपला नूतनकडे नजर लावून बसलो होतो म्हणून बरं. एवढ्यात नूतन "आलेच हं!" म्हणून आत गेली. मी पाठमोऱ्या नूतनकडे बघत होतो. काय झालं होतं की मी आतल्या बाजूला तोंड करून बसलो होतो. ती दाराला टेकून बसली होती आणि विन्या तिच्या जवळच्या कोचावर म्हणजे स्वयंपाकघराकडे पाठ करून बसला होता. त्यामुळे तो जळत असावा; पण त्याने मला इथं आणलंच का? त्याचे काका सकाळी गोल्फ खेळायला जातात हे त्याला माहीत असताना रविवारी सकाळी लवकर उठून तो माझ्याकडे आलाच कसा? इकडे मी आत नजर लावली हे पाहताच विन्याने मला "तर काय म्हणत होतो की, न्यूनगंड असलेला माणूस आपणही काही कमी नाही हे दाखविण्यासाठी..." इथे नूतन परत आली. पुढे विन्या काय बोलला कुणास ठाऊक. माझं त्याच्या बडबडीकडे लक्ष नव्हतं. एवढ्यात बाहेरून बुटाचे आवाज झाले आणि साक्षात विन्याचे काका तिथे अवतीर्ण झाले. त्यांचे सर्टिफिकेट मला नोकरी लावायच्या कामी उपयोगाला आले होते. त्यामुळे मी लगेच उठून उभा राहिलो नि हात जोडले.

"वॉऽऽ वाऽ वाऽ वा!" काकांनी बत्तिशी खडखडवली.

"अरेऽवा! अगदी बोलावल्याबरोबर आलात! काय तनू काही चहापाणी केलंस

का? काय रे विनू, कसं काय चाललय?'' म्हणत काकांनी शूज काढले नि बाहेर डोकावून ''रमेश!'' अशी हाक मारली. हा रमेश म्हणजे तो न्यूनगंडवाला तरुण. त्याच्या नि तनूच्या चेहऱ्यात बरेच साम्य होते आणि तो तनूचा चुलत भाऊ निघाला तेव्हा मला उगीचच हायसे वाटले. त्यांनी विनूला रमेशवरून पिळले. रमेश येऊन सहा महिने झाले होते; पण विनूच्या नि त्याच्या ओळखीचा योग जुळून येत नव्हता.

''आम्ही टोब्रुकला होतो तेव्हा असेच एक जर्मन कॉन्वॉय नि आम्ही. वाळूत ट्रॅक दिसायचे पण समोरासमोर येत नव्हती! अगदी तस्सं झालं!'' नंतर काकांनी १९४२ सालच्या उत्तर आफ्रिकेच्या रखरखीत वाळवंटात आम्हाला चांगले दोन तास घोळवले. चहापाणीच तीन वेळा झाले. नंतर आम्ही तिथून कटलो. मध्यंतरीच्या काळात विन्या मात्र तनूला न्यूनगंडावरून पिळत होता. त्यातले काही संवाद माझ्या कानांवर युद्ध आघाडीवर शांतता असे तेव्हा पडत असत.

बाहेर पडल्यावर मी विन्याला विचारले, ''का रे, काकांकडे का येणं केलं होतं आपण?'' विन्याने कपाळावर हात मारून घेतला. ''हात लेका! चार तास ते कारण तुझ्यासमोर होतं नि तुझ्या लक्षात आलं नाही!''

''म्हणजे तनू?''

''होय! पण ती तनू केव्हापासून झाली? तो हक्क मी मिळवणार आहे, मेरे दोस्त!''

''मग आमचं लोढणं कशाला?''

''टोब्रूकच्या आघाडीवर लढायला. अर्थात, तिचा चुलत भाऊ येणार हे माहीत असतं तर तुला नेलं नसतं!''

''मग काकांनी मला बोलावलं होतं ते?''

''ते सहज म्हणाले होते रे! मी त्याचं आमंत्रण केलं एवढंच! आत मी तनूला रमेशची केस समजावून दिली. शी वॉज सो थ्रिल्ड, यू नो?''

''नो! आय डोंट नो! मला त्या टोब्रूकमधून वेळ होताच कुठं?'' तरीही मित्रकार्यास मदत केल्याचे आगळेच समाधान माझ्या चेहेऱ्यावर असताना विन्या कोक पाजून निघून गेला.

नंतर जे घडलं ते तर्कबुद्धीला पटणारं नव्हतं. एक दिवस मी ऑफिसातनं परत आलो, तर आमच्या मातोश्रींनी कोपरापासून नमस्कार केला. बाबा ''आपण जर खोलीत येऊन गेलात तर बरं होईल'' म्हणाले. म्हणजे काय मूड असेल बघा! मला कळेना मी काय केलं ते.

मी चहा झाल्यावर भीत भीतच बाबांच्या खोलीत गेलो.

''आपण कर्नल बाबासाहेब घोसाळकरांना ओळखता?''

''हो!'' मी विचार करून, विन्याचे काका आठवून उत्तर दिले.

"ते आले होते!"

"का? काय झालं?"

"म्हणजे धंदे तुम्ही करा नि वर आम्हाला विचारा?"

"धंदे? कसले धंदे?" आता हा कर्नल काय चोरीबिरीचा आळ घालतो काय ते मला कळेना. मी बहुधा गणेश चतुर्थीला चंद्र पाहिला असावा.

"ही तनुजा कोण? आम्ही लग्न कर, लग्न कर म्हणून दातांच्या कण्या केल्या तर दाद देईना, नि परस्पर जुळवून मोकळा? मेल्या, नोकरी लागली म्हणून शिंगं फुटली होय?" एवढे पल्लेदार बोलून दम लागताच मातोश्री थांबल्या. मला काहीच सुचेना. हे बालंट तर आणखीच भयाण होते. तनुजाला बघून आपल्याला गुदगुल्या झाल्या होत्या; पण हे लग्न वगैरे म्हणजे अतीच होतं.

"...पण मी नाही, मी काही...!" बाबा हसायला लागले, आईही त्यात सामील झाली. दुपारी म्हणे कर्नलसाहेब ('भला माणूस', 'हो! मलापण चांगला वाटला') घरी आले होते आणि त्यांनी माझ्याबद्दल विचारले होते आणि आईलाही मुलगी आवडली होती. मला ती पसंत आहे, असे कर्नलसाहेबांनी परस्परच सांगून टाकले होते. आमचे कालांतराने रीतसर लग्न झाले.

एक दिवस मी तनूला विन्याबद्दल विचारले,

"ईऽऽ तो अगदीच बोअर आहे, काकापेक्षा!"

"आँ, नि तू तर अगदी त्याच्या सायकॉलॉजीच्या गप्पा ऐकत होतीस ना! मन लावूऽऽन!"

"शी, एकदा माझ्या मैत्रिणीचं सायकॉलॉजीचं पुस्तक चुकून घरी राहिलं होतं ते द्यायला मी निघाले होते, तर हा लागला पिळायला. म्हणे न्यूनगंड. आमच्या रमेशदादाला म्हणे न्यूनगंड आहे, अक्कल तरी आहे का? ध्यान मेलं!"

मला मात्र विन्या त्या दिवसापासून भेटलेला नाही. त्याला खरंच न्यूनगंड झाला असावा! मला मात्र त्याचे न्यूनगंडाचे लेक्चर ऐकल्यापासून कधीच कशाची भीती वाटेनाशी झाली आहे. त्यात पुन्हा त्याला नव्याने झालेल्या न्यूनगंडामुळे तो आमच्याकडे येईनासा झालाय. त्यामुळे मी सुखात आहे.

कधी तरी तो रस्त्यात दिसतो. मीही त्याला हाक मारून म्हणतो "अरे विन्या, बऱ्याच दिवसांत आला नाहीस, ये ना गप्पा मारायला," तोही. "हो! हो!" म्हणतो, नि टळतो. काकाकडे काय, मी दुरान्वयाने जावईच आहे नि जावयास पिळू नये हे तत्त्व काकांना माहीत असावे. एकंदरीने काय तुम्हाला सुखी माणसाच्या सदऱ्याची गरज असेल, तर खुशाल काचेची भांडी घेऊन या नि आमच्या हिच्याकडून माझे शर्ट मिळवा! अगदी खुशाल!

◆

पाल्य सुधारणा

''**या**त स्साला काही तरी रहस्य आहे बरं का? मी नक्की सांगतो!'' गेन्या म्हणाला. गेन्या हा माणूस तसा सरळ. सहसा कुणाच्या अध्यात नाही, मध्यात तर नाहीच नाही. काही काही माणसं असतात, की जी रहस्य, कोडी, त्या प्रश्नाचे उत्तर पुढील अंकी, आपली बुद्धी स्वत:च तपासून पाहा, बुद्धी मापनाच्या कसोट्या, असल्या खास रविवारच्या अंकातील सदरांच्या कधीच वाटेस जात नाहीत. त्यांना साधारणपणे असल्या गोष्टीत रस नसतो. ते रविवारी मुख्य म्हणजे वर्तमानपत्रे वाचण्यात आपला वेळ खर्च करीत नाहीत. चुकूनमाकून त्यांनी जर वर्तमानपत्र हातात घेतलेच, तर ते बुलवर्करची जाहिरात वाचतात. क्वचित आपला दंड फुगवून पाहतात, मग बुलवर्करच्या जाहिरातीतल्या बाईच्या चित्राकडे पाहतात, मग आजूबाजूला पाहत ''हाय रे मेरा दिल पुकारा लल्ल लल्लल्ला!'' अशी तान मारतात, सायकल घेतात नि तालमीचा किंवा जिमचा रस्ता धरतात. गेन्या अशा माणसांपैकीच होता. त्यामुळे तो सहसा रहस्य वगैरे भानगडीत पडत नसे. त्यामुळे गेन्याच्या तोंडून यात स्साला काहीतरी रहस्य आहे बरं का? हे वाक्य ऐकून मला आश्चर्य वाटले; पण धक्का बसला तो मात्र 'मी नक्की सांगतो.' या त्याच्या उद्गारांच्या शेपटामुळे. या धक्क्यातून मी सावरलो नि त्याला विचारले, ''कशात?''

''कशात नाही, कशावरून? असं विचार!'' गेन्या म्हणाला.

''ते नंतर, आधी कशात रहस्य आहे? किंवा रहस्यमय गोष्ट कोणती ते तरी कळू दे? कारण एक तालीम आणि दुसरे बिल न देणे या दोन गोष्टी सोडल्या तर प्रत्येक गोष्ट ही तुझ्या दृष्टीने रहस्यच असते.''

''हो काय? च्यायला आम्ही बिल देऊनही तुम्ही असंच म्हणणार असाल तर मग तुम्हीच बिल द्या!'' असे म्हणून गेन्या निघून गेला आणि त्याबरोबर त्याचे रहस्यसुद्धा.

वरील प्रसंगास दोन-तीन वर्षे लोटली. गेन्या नि मी अधूनमधून भेटत होतो. नाही असं नाही; पण या रहस्याचा स्फोट झाला नाही. कारण मी ही गोष्ट पूर्णपणे

विसरलो होतो. गेन्या मिळवायला लागला होता. इंटर सायन्सला दोन अटेम्प्ट झाल्यावर त्याने एका कारखान्यात नोकरी धरली होती व तो 'कारखाना श्री', 'श्री इंडस्ट्रियल' वगैरे बनला होता. त्याचे वडील त्याच्या लग्नाबद्दल बोलू लागले होते. हा गडी प्रामाणिकपणे मिस्टर युनिव्हर्सचे निरनिराळ्या पोझेसमधले फोटो खोलीभर चिकटवून 'महाराष्ट्र श्री' व्हायची स्वप्ने बघत होता.

एक दिवस तो मला भेटला. तेच टेबल. मीही डिग्री मिळवून नोकरीला लागलो होतो. त्यामुळे आधी एकमेकांच्या नोकरीची चौकशी झाली. मग वडील कसे लग्न करा म्हणून मागे लागले त्याच्या तक्रारी सांगून झाल्या आणि गेन्या म्हणाला, "बाब्या, रहस्याचा उलगडा झाला बघ!"

"रहस्य? कसले रहस्य?"

"वा गुरू! मागे नव्हते का मी तुला म्हटले! यात स्साला काहीतरी रहस्य आहे! मी नक्की सांगतो म्हणून!"

"असं तू म्हणाला होतास?"

"हो!"

"माझ्याजवळ?"

"हो!"

"मग असेल!"

"असेल नाही! होतोच!"

"कसले रहस्य?"

"त्या वेळीसुद्धा तू हेच म्हणाला होतास!"

"अजूनही मी तेच म्हणतोय!" मला आता आमचे मागचे संभाषण आठवले होते. स्मरणशक्ती ही चीज मोठी विचित्र असते. काही वेळेस पाहिजे तेव्हा एखादी महत्त्वाची गोष्ट आठवत नाही. नको त्या वेळेस एखादी गोष्ट झटकन आठवते. काहीकाही लोक मात्र स्मरणशक्तीच्या बाबतीत फारच चलाख असतात. आमचा एक मित्र रेड इंडियन माणसाची गोष्ट सांगतो. एकदा एका गोऱ्या माणसाला कुणीतरी 'उत्तरेकडे ढगाला वाहून नेणारा वारा' असं प्रचंड नाव असलेल्या रेड इंडियन माणसाची स्मरणशक्ती अतिशय अचाट असल्याचे सांगितले. त्यानेही त्या माणसाची परीक्षा घ्यायची ठरवली. एक दिवस तो सकाळी सकाळी त्या रेड इंडियन वसाहतीत पोचला. तो रेड इंडियन माणूस सकाळची न्याहरी करायला म्हणून हातात अंडे घेऊन चालला होता. त्या गोऱ्या माणसाने विचारले 'न्याहारीसाठी का?'

'हो!' उ. ढ. वा. ने. वा. म्हणाला.

हे उत्तर ऐकताच तो गोरा माणूस तिथून निघून गेला. अशीच चार वर्षे गेली.

तो गोरा माणूस आपल्या घरी कागदपत्रे चाळताना त्याला ही गोष्ट लिहून ठेवलेली सापडली. तो परत त्या वसाहतीत आला. त्याने बऱ्याच कष्टाने उ. ढ. वा. ने. वा. ची झोपडी शोधून काढली व त्याला अभिवादन करून तो म्हणाला.

'काय करणार?'

'ऑम्लेट!' क्षणाचाही विचार न करता उ. ढ. वा. ने. वा. ने उत्तर दिले. सांगायचा मुद्दा असा, की माझी स्मरणशक्ती इतकी तीव्र नाही; पण मला गेन्या कसल्या तरी रहस्याबद्दल काहीतरी बोलला होता खरा, हे आठवले. त्या वेळेसही त्याने रहस्याचा उलगडा केला नव्हता हेही आठवले म्हणून मी परत विचारले, "कसले रहस्य?"

"आपला चंद्या आठवतोय?"

"हो! चांगलाच!"

"त्याचे रहस्य!"

"त्यात कसलं आलंय बोडक्याचं रहस्य? तो घारीच्या प्रेमात पडला, नंतर पाय घसरून पडला नि ते त्याने मनाला लावून घेतले, हेच ते रहस्य ना?"

चंद्या हा माझा शाळासोबती होता. अतिशय ऑलराउंडर माणूस. कुठल्याही कथेचा नायक वगैरे आजारी पडला असता, तर बदलीवाला शोधायची गरजच नको, याला नेऊन तिथे बसवायचे, फिट्ट बसला असता. चंद्या द हँडसम या नावानेच तो ओळखला जायचा. तो क्रिकेट, हॉकी, बास्केटबॉल, टेबल टेनिस, खोखो, ॲथलेटिक्स अशा नाना गोष्टींत भाग घेई. शिवाय नाट्य, गायन, कॉलेजच्या मासिकासाठी लेखनही चालूच असे. अशा चंद्याशिवाय कॉलेजची ट्रिपही अशक्य होती.

आम्ही लोणावळ्याला गेलो होतो. पुण्यातील कॉलेज म्हणजे लोणावळ्याला ट्रिप ही गेलीच पाहिजे. हँडबुकात नियमच आहे तसा. मग भेंड्या वगैरे सुरू झाल्या. मग मी

'फ्लोन फ्लोन मंकी फ्लोन
क्रॉस्ड द सी अँड वेंट टू सिलोन!
वेंट टु सिलोन अँड वाँडर्ड अलोन
दौ आय प्रे, ओ गॉड! हनुमन्।।'

ही आमची ठेवणीतली 'उडाला उडाला कपी उडाला' ची अनुवादित फिरकी सोडली. मी या गोष्टी कधीच कुणाला इंप्रेस करण्यासाठी वगैरे करत नाही. थोडा वेळ जेणेकरून खॅऽ खॅऽ केले की कार्यभाग साधला, बस्स झाले ही आपली वृत्ती, पण पब्लिक या कवितेवर कसले खूष.

आमच्याबरोबर एक रेखा परांजपे नावाची मुलगी होती. नावाप्रमाणेच रेखीव

आणि आडनावाला जागून गोरी-घारी होती. ती भयाण हसली. एवढेच नाहीतर नंतरही खिक् खिक् करून हसत होती. चंद्या नि मी फार लहानपणापासूनचे दोस्त. तो घारीवर म्हणजे सदरहू रेखा परांजपे नावाच्या इसमिणीवर प्रेम करत होता, हे त्याने मला सांगितले होतेच. आपल्याला त्या काळात पोरीबाळींत विशेषसा इंटरेस्ट नव्हता आणि असताच तर रेश्मा चौगुलेची पर्स टाळक्यात बसताच तो नाहीसाही झाला असता म्हणा. एनी वे त्या वेळेस मी बाजी मारली आणि त्याला घारीने दाद दिली. हे पाहताच दोन माणसे – जिवाभावाची माणसे – नाखूष होण्याची शक्यता लक्षात घेऊन मी वरील अनुवादाचे क्रेडिट जाहीररीत्या चंद्याला बहाल केले. चंद्याने माझ्याकडे एक कृतज्ञतापूर्ण कटाक्ष टाकला. पण मी तुम्हाला आधीच सांगितलंय की, चंद्या हा तसा ग्रेट प्राणी. तेव्हा त्याला स्वत:चे कवित्व सिद्ध करणे भाग होते. त्याशिवाय रेखा परांजपे (मी हिला इतका वेळ कटाक्षाने 'घारी' म्हटले आणि घारीच म्हणत असू. पण सबंध कॉलेज तिला 'रेप' म्हणून ओळखत असे. आई-बाप नाव ठेवताना विचार करीत नाहीत आणि मग पोरांची बिचाऱ्यांची अशी पंचाईत होते) समोर त्याला ताठ मानेने चालता येणार नव्हते. दुपारी आम्ही हिंडत होतो. चंद्यातला शीघ्रकवी जागृत होता, संधीची वाटच पहात होता.

आपण साधारणत: एखाद्या गोष्टीची वाट पाहत असलो, की ती घडायला वेळ लागतो. ती पडेल, तिचा पाय मुरगळेल मग कुणी काय करायचं याचा कंम्प्लिट प्लॅन आमच्याजवळ तयार होता. पण छे! अर्थात, चंद्यासारखी डॅशिंग माणसं संधी खेचतात, यायची वाट बघत नाहीत आणि संधी जवळ खेचली तर चेन खेचल्यासारखा दंडही होत नाही किंवा गुडुम् गुडुम् आवाज करत पाणीही येत नाही, चक्क फायदाच होतो. जाता जाता रेखाने एका नाकतोड्याला लाथ मारली. चंदूला एवढी संधी पुरे होती. त्याने लगेचच

Oh my beautiful friend!
why you kicked a grass-hoppers end?
if it bends, then who will mend?
My beautiful friend!

अशा काव्यपंक्ती प्रसवल्या.

'च्यायला! हे काय काव्य आहे का?' 'तुमच्या आईची भाषा मराठीच ना?' हे व इतरही असंख्य जळाऊ प्रश्न अनेकांच्या डोक्यात येतील. चंद्या काय किंवा मी काय आम्ही इंग्लिशचे राजकवी नाही. उगीचच ईलियट, बायरन, शेले किंवा शेक्सपिअर किंवा इतरही असंख्य कवींशी आम्हाला तुलना करून घ्यायची नाही किंवा हे काव्य ऐतिहासिक महत्त्वाचेही नाही याचीपण मला कल्पना आहे; पण कुठल्या क्षणी काय घडले याला महत्त्व असते. या चार ओळींनी रेखाला चंद्याने

जिंकले आणि तिच्या मनात मघाच्या काव्याचा जनक चंदू असावा याबद्दल पुसटशी शंका असेल, तर तीही नाहीशी झाली. 'त्यावरून रेखाची अक्कल लक्षात आली.' असेही कुणी म्हणायची शक्यता आहे. पण एकदा रेखा स्त्री म्हटल्यावर या वाक्यास अर्थ उरत नाही हे एक आणि प्रेमाचा नि अकलेचा काही संबंध असतो असे कुणीही कधी म्हटलं असल्यास जनतेने तसा पुरावा सादर करावा. साप-मुंगूस, उंदीर-मांजर आदी ज्या प्रख्यात शत्रूंच्या जोड्या आहेत त्या प्रेम आणि अक्कल ही जोडगोळी बसवायला आपली हरकत नसावी. माझी तर नाहीच नाही. आपण पाहिजे तर ऐतिहासिक किंवा त्याही आधीपासूनची उदाहरणे घेऊन यात कुठे अक्कलहुशारीचा संबंध असला तर दाखवून द्या. आपण कान पकडून पाच बैठका मारून कोपऱ्यात तोंड करून उभं राहायला तयार आहोत.

मत्स्यगंधेची गोष्ट माहीत आहे? असली तर हो म्हणा नसली तर नाही म्हणा! या बाईच्या अंगाला चक्क वास यायचा, तरीही पराशर मुनी तिच्यावर भाळले. रानावनात दिवस काढणारा माणूस, बऱ्याच दिवसांत बाई पाहिलेली नाही. त्याचे एक ठीक आहे; पण नंतर भीष्म – किंवा पूर्वीचे नाव देवव्रत – यांचे पिताजी, त्यांनी नक्कीच आधी संसार केलेला होता. इकडे-तिकडे अंगवस्त्रे ठेवली होती. मत्स्यगंधेची योजनगंधा कशी झाली, याची स्टोरी त्यांना माहीत होती. तरीही ते वास घेत घेत (त्यात अश्लील काही नाही. ओरिजिनल म्हणजे मी जे महाभारत वाचले त्यात तरी असंच लिहिलंय!) ते त्या कोळी वस्तीत आले. राजा शंतनू तिच्यावर भाळला नि भीष्माला बिचाऱ्याला त्याने आजन्म ब्रह्मचारी राहायला लावले. यात अकलेचा सवाल कुठे आला?

त्यानंतर सलीम-अनारकली, रोमियो-ज्युलिएट, शिरी-फरहाद, बैजू-बावरा, आदी इतिहासप्रसिद्ध कुठलीही जोडी कुणीही उचलावी आणि जमल्यास त्यांची मुलाखत घ्यावी. कुठेतरी अकलेचा संबंध त्यात आहे का? अक्कल वापरून प्रेम करता येत नाही हे ऐतिहासिक सत्य आहे, हे माझं मत आहे. कुणी जर आपण प्रेमात अक्कल वापरली असा दावा केला तर ते प्रेम नव्हे. आधी प्रेम बसल्यावर आपले ध्येय साधण्यासाठी अक्कल वापरता येते, नाही असं नाही, पण ते वेगळं. तर अशा रीतीने चंद्या नि रेखा यांचे प्रेम जमले.

साधारणपणे यानंतर बऱ्याच अडचणी येऊन किंवा न येऊन त्यांचे प्रेम यशस्वी किंवा अयशस्वी होणे हा गोष्टीचा शेवट असायला हवा; पण तसं लगेचच झालं नाही. एकाएकी नेहमी सिगरेट ओढणारा, अधूनमधून काँट्रिब्युशन करून दारू प्यायला येणारा (त्या काळात दारूबंदी होती!) रेखा परांजपेच काय पण असंख्य तरुणींना घेऊन मस्त काळविटासारखा हिंडणारा चंद्या बदलला. गंभीर झाला. तो नापास कधीच झाला नव्हता; पण आता अभ्यास करू लागला. क्लास,

स्कॉलरशिप मिळवू लागला. घरची परिस्थिती होती तशीच होती. त्यात काही बदल नव्हता. म्हणजे काय की, कित्येकदा वडील वगैरे वारल्यावर जबाबदारीच्या जाणिवेने माणसे गंभीर होतात; पण इथं तसंही नव्हतं. त्याचे वडील ठणठणीत होते, मोठ्या भावाला चार आकडी पगार मिळत होता. मग त्याने गंभीर व्हायचं कारण काय? रेखाला मी एकदा याबाबत विचारलं; पण काहीच उपयोग झाला नव्हता नि गेन्या सोडून बाकी सगळ्यांची खात्री झाली होती, की त्याला रेखाने ठुकरावले होते आणि त्याचा प्रेमभंग झाला होता. गेन्या मात्र त्या दिवसापासूनच यात काहीतरी रहस्य आहे, असे म्हणत होता.

हा फ्लॅशबॅक तंत्राचा वापर कितपत यशस्वी झालाय हे टीकाकार ठरवतील. पण या रहस्याचा उलगडा गेन्या मला आणि तुम्हाला विश्वासात घेऊन करणार तर त्याआधी रहस्याची पार्श्वभूमी ठाऊक असावी म्हणून तुम्हाला हे सांगितलं. साधारणपणे रहस्याची पार्श्वभूमी तुम्हाला माहीत झाली असेलच. अंधारकुट्ट रात्र, भरपूर पाऊस, जमले तर कब्रस्तान, भयाण चेहेऱ्याचा माणूस, तुळतुळीत गोट्याचा व्हिलन, हेलन वगैरे. तसंच जर इथं असतं तर आपणही डिट्टो मारून मोकळे झालो असतो; पण ही पार्श्वभूमी तशी नाही हे आता सुज्ञ वाचकांनी जाणले असेलच.

मी गेन्याला 'त्यात काय...' असे म्हणून '...हेच ते रहस्य ना?' असे म्हटल्याचे आपल्याला आठवत असेलच. लेट अस कंटिन्यू फ्रॉम देअर!

"तुला वाटतं तितकं ते सोपं नाही, बाळा!"

"बाळा गेन्या बरा आहेस ना?"

"मग काय म्हणू? तू चंद्याचा एवढा जवळचा मित्र, तो तुझ्याकडे येतोच आहे. पण काल सहज मला भेटला, जुन्या आठवणी काढून बोलत बसलो. तेव्हा त्याने सांगितले की, तुझ्याकडे तो येणार आहे. तो MSc. ला पहिला आला माहीत आहे ना?"

"हो, मी भेटलो त्याला पण काही बोलला नाही तो! असो. रहस्य काय ते तर सांग!"

"सांगतो, ऐक!"

"मी पुराणाच्या श्रोत्यांप्रमाणे कान सिद्ध केलेत. तू त्यात शब्दरस लवकर लवकर ओतून माझी कर्णपटले धन्य कर बघू!" असे म्हणून मी सिगारेट पेटवू लागलो. मी सिगारेट पेटवून धूर सोडायला म्हणून वर बघितले तर साक्षात कथानायकच माझ्यासमोर उभा. काड्यापेटीची काहीच जादू नव्हती. कारण गेन्या "चंद्या तुला शंभर वर्षे आयुष्य आहे बघ!" असं ओरडला. मग मीही "हॅलो! चंदू बस ना!" असं म्हणत खुर्ची पुढे केली. गेन्याने त्याला म्हटले, "तुझीच गोष्ट बाब्याला सांगत होतो! आता तू आलाच आहेस तर तूच सांग!" असे म्हणून त्याने

सर्व सूत्रे चंद्याच्या हाती सोपवली. “ओह! अरे, तुला सांगण्यासाठीच तर इथे आलो! खरं सांगू का, या सगळ्याला कारण आमचे बाबा! काय व्हायचं की कॉलेजात त्यांनी मला अतिस्वातंत्र्य दिलं, भरपूर पैसेही दिले. आपण मोठ्या शिताफीने तास बुडवायचो, कुणाला तरी रोल द्यायला सांगायचो, नंतर इकडे-तिकडे वेळ काढून घरी जायचो नि बाबा नेमकं विचारायचे, ‘काय कसा होता पिक्चर? क्लॉडिया कार्डिनेली झकास दिसते नाही?’ म्हणजे आमचा पचकाच की!” मी मान डोलावली. “एवढ्याने काय झालंय? दोन चहा, एक कॉफी, दोन विल्सफ्लेक!” अर्थात, हा भाग वेटरला उद्देशून होता. “सगळं ऐकशील तर थक्क होशील! आमचा बाप एकंदरीत थोरच!” याही वाक्याबद्दल माझे काही ऑब्जेक्शन नव्हते. साधारणत: आजकाल चिडूनसुद्धा लोक वडिलांबद्दल बरं बोलत नाहीत. चंद्या चिडून का होईना स्वत:च्या तीर्थरूपांना थोर म्हणत होता आणि त्यांच्या थोरवीमुळेच शेवटी चंद्या पहिला आला होता विसरून चालण्यासारखं नव्हतं; पण आता चंद्याच्या वाणीला ओघ आला होता.

“आयला! आपण बिडी फुकायला सुरुवात केली, ते आठवतंय तुला?”

“तो प्रसंग मी कसा विसरीन? आपल्या दोघांनाही ठसका लागला होता!” आम्ही दोघांनी बरोबरच पहिली सिगारेट ओढली होती. तो प्रसंग आम्ही विसरणेच शक्य नाही. एसेस्सीची परीक्षा संपली होती. आम्ही सायकली घेतल्या. पायडली मारत औंधला गेलो. जाता जाता सिगारेट ओढावी अशी कल्पना डोक्यात आली. मग चार आण्याच्या दोन सिगारेटी नि एक काडीपेटी घेऊन रस्त्याच्या कडेला दहा काड्या वाया घालवून सिगारेट पेटवल्या. खूप ठसका लागला. उरलेल्या काड्यापेटीचे काय करायचे हा प्रश्नच होता. “आय.टी.आय. ची चौकशी बाजूलाच राह्यली! करेक्ट? नंतर आपली ती लोणावळ्याची ट्रिप झाली. आम्ही घरी गेलो.”

“मग?”

“मग काय मग? त्या दिवशी बाबांनी हाक मारली. म्हणाले, पॉकेटमनी जास्त घे; पण उगीच फालतू सिगारेटी ओढू नको. किमान गोल्डफ्लेक तरी ओढ?”

“असं म्हणाले?” इति मी.

“काल मी ‘इंपॉसीबल’ म्हटलं!” गेन्या.

“हो रे च्यायला! हे तर काहीच नाही. शऱ्याने ट्रिपल एक्स का हर्क्युलीस आणली होती.”

“त्याचं काय? आपण त्या दिवशी मारे जोरदार पार्टी केली. रात्र तिथेच काढली. दुसऱ्या दिवशी सगळं व्यवस्थित ठाकठीक करून घरी गेलो.”

“हो रे च्यायला! किती काळजी घेतली होती त्या वेळेस! आज हसू येतं!”

“त्याचं काय?”

"दुसऱ्या दिवशी आमचे पिताजी बोलले ना–"

"काय?"

"पिताजी उवाच! पिताजी मला म्हणाले, 'रम वगैरे सर्व काही ठीक आहे; पण व्हॅट सिक्स्टीनाईनची मजा कशातच नाही. उगीच रमबीम पिण्यात वेळ व्यर्थ दवडू नकोस. पुढे त्यांनी स्कॉच आणि माल्टेड व्हिस्की यातला फरकही समजावून दिला. एक दिवस सेलरी वाईन प्यायला दिली. साला शराब असावी तर अशी. शॅंपेन आणतो म्हणाले. ड्रांबुई नावाची एक स्पेशल व्हिस्की स्वित्झर्लंडहून येताना घेऊन आले. पुन्हा गुडलकपेक्षा आसराचा खिमा आणि कलकत्त्याच्या भाकऱ्या वरती! काय बाप आहे का कोण?"

"आँ! अरे, माझे बाबा का असे वागले नाहीत? अरे, लांब मैलभर कुठे बिडीचा वास आला तर म्हातारा फाल्गुन करायचा. सिगारेट ओढल्या त्यापेक्षा सुगंधी सुपारीवर जास्त खर्च केला. आयला! त्या सुपारीतली सायक्लामेट्स खाऊन खाऊन दोन-पाच पिढ्यांच्या कॅन्सरची सोय केली. निदान त्यासाठी तरी मला सिगारेटी ओढू द्यायच्या."

"असं म्हणतोस? पण चंद्याचं जरा पुढचं ऐक." गेन्याने तोंड उघडले नि मिटताना मूठभर बडिशेप आत ढकलली. अशा वेळेस गेन्या पाणघोड्यासारखा दिसतो. काही म्हणजे काहीसुद्धा फरक नाही. गेन्या सर्कससुंदरी मागोमाग पिठाचे गोळे खात हिंडताना कसा दिसेल या कल्पनेने मला हसू आले, पण त्यामुळे चंद्याचा गैरसमज झाला.

"आयला, आम्ही एवढ्या सिरियसली बोलायचं नि तुम्ही साली टिंगल करा!"

"हो ना! हा एवढा काकुळतीला येऊन बिचारा आपली कर्मकहाणी सांगतोय नि तू चक्क दात विचकतोस?" गेन्या म्हणाला.

खरं तर गेन्याचे दात पाडता आले तर काय मजा होईल, हा विचार माझ्या मनात क्रीडांगणावर हुतूतू खेळत होता; पण माझ्या मांडीपेक्षाही गेन्याचे जाड असे दंड बघून त्या विचाराला अपमृत्यू आला. तरीही मी कुरकुरलोच.

"चंद्या, लेका माझा बाप मला बिडी फुकायला लावत होता नि हातभट्टी पाजायचा, असं जरी तू म्हणाला असतास तरी मी जळलोच असतो रे! अरे, हिंदी शिणीमाच्या जाहिरातीचे पान जास्त वेळ डोळ्यांसमोर धरले तर आमचा बाप तो सकाळ बंबात आणि बंबातले लाकूड आमच्या पाठीत घालत असे नि..."

"यांचा बाप हे केसरीतले किंवा संध्यातले आकडे बघतात हे कळलं की चिरंजीवांना रेसला घेऊन जाई!" गेन्याने माझे वाक्य पुरे केले.

"यू डोंट से?" मी टणकन उडालो. गेन्याने पाण्याचा ग्लास माझ्या पुढे धरला. मी तो एका दमात संपवला.

"हे काहीच नाही!'' चंद्या म्हणाला.

"हे काहीच नाही? मग याच्यापुढे आता राह्यलं काय?''

"वत्सा, तू मधेमधे बोलणार नसलास तर मी सांगतो; पण मी बोलत राहिलो तर तुला कदाचित हार्ट अ‍ॅटॅक येईल!''

"आता आणखी काय बोलायचंय? जे बोलायचं असेल ते आजच बोलून घ्या. आमचे कान धन्य करा. देवा, पुढच्या जन्मी मला अशाच एखाद्या सत्बापाच्या पोटी जन्माला घाल रे बाबा!''

"माझे नि रेखा परांजपेचे जुळत आले होते, ते तुला माहीत आहेच. अर्थात, त्या वेळी पी. डी. एफ. वाय. ला होतो. तिच्याशिवाय दुसरे काही सुचत नव्हते.''

"मग तिथंपण तुमचे बाबा आड आले की काय? का मुमताजशी लग्न लावून देतो म्हणाले; एकपरी बरं झालं असतं. साली हिंदुस्थानात तरी राहिली असती. अगदीच मयूरचा हात धरून एक्स्पोर्ट क्वॉलिटी बनली नसती.''

"तू ऐक रे!'' गेन्या ओरडला. त्याला यात भलताच इंटरेस्ट निर्माण झाला होता.

"एक दिवस रेखाबरोबर पिक्चरला गेलो होतो.''

"एकच का? मीच चार-पाच वेळा तिकिटं काढून आणलीत!''

"गप रे! तू का मधे बोलतोस?'' गेन्या खवळून म्हणाला.

"खरं बोलायला कसली भीती?''

"बघू काय तुझ्याकडे?''

"बाब्या, का त्याच्या नादी लागतोस? आज तुला सगळं मोकळेपणाने सांगतोय. बरं, तू मधेमधे बोलणारच आणि तो म्हणतोय तेही खरंय! ऐकायचं नसलं तर सरळ सांग.''

"बरं, बोल बाबा!''

"पिक्चरहून घरी गेलो, डॅडी चिरूट फुकत दारात उभे ना! मी तसाच पुढे निघालो तर पेटंट हाक 'चंदोबा! ए चंदू बाळ!' आम्ही ओळखलं, इथं बल्ल्या झालाय, थांबलो नि म्हटले, 'काय बाबा?'

'आज कुठला सिनेमा बघितलास?'

'गन्स ऑफ नॅव्हरोन!'

'त्यापेक्षा अनिता एकबर्ग, जिना लोलो ब्रिजिडा अशा बाया बघाव्यात. बरोबर पोरगी घेऊन युद्धपट कसले बघता? पलंगपट पहात चला! का तेही आम्हीच सांगायचं?'

'तिला ग्रेगरी पेक आवडतो.'

'मग रोमन हॉलीडे बघावा.'

आता यावर माझ्याकडे तरी उत्तर नव्हते म्हणून मी चुळबुळत आत सटकता येईल का, असा विचार करत उभा राहिलो; तर बाबा म्हणाले, 'मुलगी बरी होती, परांजपे ना? आईचं माहेरचं आडनाव भट आहे का विचार. अगदी आईसारखीच दिसते. आमच्याच कॉलेजाला होती. हिंडवली दोन वर्षे, इराण्याकडचं आम्लेट खायलासुद्धा यायची चोरून. पैसेवाला मिळाला म्हणून अर्धवट शिक्षण सोडून परांजप्यांशी लग्न केलं. तो आता दुसरी बाई ठेवून असतो म्हणा! मनात असलं तर सांग, लगेच जाऊन मागणी घालू!' ''

''च्यायला चंद्या, युवर डॅडी इज सुपर्ब, खरंच ग्रेट, तरी तू शिव्या घालतोस. आणि लग्न का नाही केलंस?''

''तेच तर चुकलं. लेका, त्यावेळेस इतक्या लहान वयात लग्न करायची लाज वाटली हे एक आणि दुसरं म्हणजे वडिलांवरचा राग नडला. अरे, तुम्ही लेको बिड्या फुकायचेत, दारू प्यायचेत. यात गम्मत यायची कारण तुम्ही सगळं चोरून करत होता. त्यात खरी लज्जत तीच. आमच्या बाबांनी घालवली. मग मीही चिडलो. हे सगळं सोडलं. रेखाला भेटलो, तिची मैत्री तोडली. चूक केली. नंतर फक्त अभ्यास केला. सर्वत्र पहिला आलो. बाबांकडे गेलो नि त्यांना विचारलं, 'बाबा, मी केलेल्या सगळ्या गोष्ट तुम्ही केल्यात, आज मी पहिला आलोय? काही बोलायचंय?' ''

''तू डायरेक्ट तुझ्या बाबांना असं बोललास?''

''हो. नि तुलापण झोडणार आहे.''

''ते का?''

''या सगळ्या बातम्या तू त्यांना दिल्यास!''

''म्हणजे?''

''वेड पांघरून पेडगावला जाऊ नको, त्यांनी मला सगळं सांगितलंय!''

''ते तर म्हणाले होते...''

''ते काय म्हणाले तेच तुला सांगतोय ना. त्यांनी मला जवळ घेतले नि म्हणाले, 'चंदू, शाब्बास बेटा, तू पहिला आलास त्याचं क्रेडिट बाब्याला आहे. बेटा, माझी गरिबी होती. नोकरी करत करत शिकत होतो. त्यात हा प्रेमभंग. एम.ए.ला बसलो तेव्हा तुझी आई हॉस्पिटलमध्ये. तुझ्या जन्मासाठी तिचं ऑपरेशन! रात्र रात्र तिथे बसायचो नि दिवसा पेपर लिहायचो. तू कॉलेजात जाईपर्यंत सुदैवाने पैसा कमावला नि तू बिघडू नयेस म्हणून बाब्याच्या मदतीने तुझ्यावर लक्ष ठेवले. वेडंवाकडं बोलून तू कदाचित आणखी चिडला असतास, कायमचा दुरावला असतास, म्हणून हा प्रयोग केला.' मी खाली मान घालून ऐकत होतो. बाबा हे सगळं हसतच बोलत होते.

'ही माझी परीक्षा मी पास झालोय. आता तुझी ती परांजपे. लग्न झालंय का तिचं?'

'कल्पना नाही बाबा.'

'नि तुझं तिच्यावरचं प्रेम?'

'होतं तसंच आहे.'

'मग तिच्याकडे जा नि तिची माफी मागून समजूत काढ जा. पाया पडायला या. एक आठवडा मुदत देतो. नाही तर मी आहेच.' म्हणून निघालो! बाब्या, भीती वाटते रे! बाबा म्हणाले तेच खरं. क्षमा मागणं हे खरं धाडसाचं काम!''

गेन्या मधेच बोलला, ''आयला, हे नव्हतं ठाऊक. जा सरळ. घूस तिच्यायला.''

मग आम्ही काही बोलत नाही हे पाहून गप्प बसला. मग घड्याळाकडे बघून ''उद्या भेटूच!'' असे म्हणून टळला. त्याची तालमीची वेळ झाली होती. आम्ही दोघे परांजप्यांकडे निघालो. मी बेल वाजवली. रेखाच दार उघडायला आली. चंद्याला पाहून म्हणाली.

''या स्कॉलर, आज येणं केलं. बरी आठवण झाली?''

'रेखा, त्याला लाजवू नकोस. तो काय म्हणतोय ते ऐकून घे.''

''रेखा, मला क्षमा कर. मी असं करायला नको होतं. माझं तुझ्यावर...!''

चंद्या चक्क लाजला. मी आढ्याकडे बघत होतो. मनात रेखाचे आई-वडील येऊ नयेत अशी प्रार्थना चालू होती.

''ते कळलं मला चंदू, पण माझं लग्न ठरलंय!''

चंदू जायला निघाला.

''थांब, बऱ्याच दिवसांनी आलायस तर चहा घे!''

''तुझं लग्न ठरलंय?'' मी विचारलं.

''हो. हा नाही म्हणाला नि लगेचच आम्ही ठरवलं. थांब हं जरा! माझे सासरे बसलेत आत. चला, ओळख करून देते.''

तिचे सासरे म्हणजे चंदूचे बाबाच, हे चाणाक्ष, सूज्ञ वगैरे वगैरे वाचक मित्रांनी ओळखले असेलच. चंदूने तिला नाही म्हणून सांगताच मी त्याच्या बाबांना तसं सांगितलं होतं आणि नंतर त्यांनी तातडीने तिच्या घरी जाऊन आधीच हे जमवून ठेवलं होतं, हेही सांगायला नकोच. चंद्या माझ्याकडे बघून थँक्स म्हणाला. यातच माझ्या गुप्तहेरगिरीची पावती मला मिळाली होती आणि इतर मित्रकार्य करायला मी उत्साहाने मोकळा झालो होतो. गेन्याला मात्र मी ही रहस्यमय (गोष्ट त्याने मला सांगताना मी उडवाउडवीची) उत्तरे का दिली, हे अजून कोडेच आहे.

◆

'शांतता! बाप चालू आहे'

रंगराव पुण्याला शिकायला होते. रंगरावांचे बाबा हणमंतराव हे फार बडे प्रस्थ होते. गावाकडं त्यांच्या पाच भट्ट्या होत्या. दारूबंदी उठल्यावर तालुक्याला त्यांनी दारूचं दुकान टाकलं होतंच; पण त्यांच्या भट्टीचंही गिऱ्हाईक कमी झालं नव्हतं. म्हातारा सत्तरीला पोचला होता; पण अजून ताठ मानेने दहा-दहा मैल एका दमात चालत होता. रंगराव हे त्यांच्या तिसऱ्या नि शेवटच्या पत्नीचे अखेरचे अपत्य. रंगरावांचा जन्म झाला नि त्यांच्या मातोश्री वारल्या. त्यानंतर हणमंतराव शिदाप्पा बारभरे यांनी पुन्हा विवाह केला नव्हता.

रंगरावांचे सगळे बालपण गडीमाणसं, त्यांच्या मोठ्या सख्ख्या-सावत्र बहिणी आणि वहिनी यांच्या अंगाखांद्यावर गेले. रिटायरमेंट हा शब्द हणमंतरावांना माहीतच नव्हता. त्यांच्या भट्ट्या, निवडणुका, शेती या बारदान्यात त्यांना आपल्याला रंगा नावाचं पोरगं आहे हे त्यांच्या लक्षात होतं हेच विशेष होतं. अधूनमधून ते रंगाची विचारपूस करीत असत, नाही असं नाही; पण सासरच्या (म्हणजे हणमंतरावांचे सासर) नादाने रंगा वाया जातोय असं त्यांचं स्पष्ट मत होतं.

हणमंतरावांची मतं ही आजपर्यंत कायम स्पष्टच होती. त्यांची कुठलीच गोष्ट अस्पष्ट नव्हती. जसं रिटायरमेंट ही तिरडीवर पाठ टेकल्यावर होते, हे त्यांचं आवडतं मत होतं, तशीच त्यांची इतर मतेही जगाला जरा वेगळीच वाटत. त्यांच्या भट्टीवरचा माणूस कुरकुर करू लागला, की त्याची रिटायरमेंट होई ती गुळाच्या खालच्या भट्टीतच. मग त्या माणसाची बायको किंवा पोरगी असे ती हणमंतराव किंवा त्यांच्या चोवीस पोरांपैकी सहा मुली व रंगराव सोडून उरलेल्या सतरा पोरांपैकी कुणाकडे तरी सामावून जाई.

या मानाने रंगराव विचित्र होता हे मात्र खरे. एकतर तो शिकला होता. चक्क मॅट्रिक झाला होता. तेसुद्धा बापाच्या मदतीशिवाय. मॅट्रिकला त्याला बरे मार्क होते. घराण्याच्या परंपरेच्या हे अगदीच विरुद्ध होते. आतापर्यंत त्यांच्या घराण्यातले सर्व वीर चौथी ते व्ह. फा. या दरम्यान गळले होते. दोन-चार वर्ष चौथी किंवा पाचवीत

बसायचं, मग शांतपणे वडिलांच्या धंद्यात किंवा शेतीत किंवा डेअरीत कामाला लागायचं, कालांतराने यात कुक्कुटपालनाचा समावेश झाला.

नाही म्हणायला नामदेवराव व्ह. फा. झाले होते. तोपण एक इतिहासच होता. त्याचं काय झालं, नामदेवराव लढत लढत व्ह. फा. पर्यंत पोचले.

व्ह. फा. ला त्यांनी दोन गचके खाल्ले. ते तिसऱ्या वर्षाला असताना गावात एक नवा ध्येयवादी मास्तर आला. बिचाऱ्याला काय कल्पना की आपल्या ध्येयवादाचे बारा वाजणार आहेत.

तो मास्तर म्हणून गावात टिकला असता; पण त्याने कुपथ्य केले. एक दिवस तो नामदेवराव हणमंतराव बारभरे यांना म्हणाला, 'नामदेवराव! जरा अभ्यासाकडे लक्ष देत चला!' खरं तर नामदेवराव वयानं वडील. निदान हे तरी मास्तरनं लक्षात घ्यायचं! पण आजकालची तरुण पिढी वडीलधाऱ्या माणसांचा अपमान करण्यातच भूषण मानते. बरं! मास्तर एवढंच बोलून गप्प बसले असते तर नामदेवरावांना काही विशेष वाटले नसते; पण मास्तर वर मान करून आणखी काय काय बोलले. त्यातल्या बऱ्याच गोष्टी नामदेवरावांना कळल्या नाहीत. कारण मास्तर नेहमीच अवघड भाषेत बोलत असत आणि त्यात नामदेवरावांचा तंबाखूचा बार इतका सुरेख जमला होता, की आपली ब्रह्मानंदी लागलेली टाळी मोडून नामदेवरावांनी त्या भाषणाकडे ते कितीही सोप्या भाषेत असते तरी लक्ष दिले असते की नाही हा मुद्दाही तितकाच महत्त्वाचा होता. त्यांनी एकदा डोळे किलकिले करून मास्तरांकडे बघितले नि परत डोळे मिटले. नंतर तंबाखूची गोळी या गालातून त्या गालात सरकवताना त्यांना पुन्हा मास्तरचा आवाज ऐकू आला म्हणून त्यांनी मास्तरकडे बघितले. त्यावेळेस 'मी तुझ्याशी बोलतोय, बारभरे!' असं मास्तर म्हणत होते. बारभरे खरं तर यावर नुसतच 'हं!' म्हणायचे पण आज काय झाले कुणास ठाऊक, ते 'तुमी मस्त बोलत ऱ्हावा, मास्तर, म्या ऐकतोच हाय की!' असे म्हणाले, 'पण त्यातलं तुम्हाला कळतंय किती?' हा मौलिक प्रश्न मास्तरांनी विचारला. खरं म्हणजे त्यांनी हा प्रश्न विचारायला नको होता. कारण नामदेवारावांना अक्कल नव्हती तर नसू देत; पण आपलं हित कळायची अक्कल मास्तरला नको? पण छे! ध्येय वगैरे गोष्टींची नशा दारूसारखीच असते. मास्तरांनी नामदेवरावाला सुधारायचं ठरवलं होतं. कदाचित त्यांनी 'व्यंकूची शिकवणी' वाचली असेल आणि त्यांनाही एखादी बाई मिळायची आशा असेल. त्याची सदरहू कथनकर्त्यास कल्पना नाही, तेव्हा ती श्रोत्यांना कशी सांगणार?

"ओ मास्तर, काय असंल ते एका वाक्यामंदी झटशानं सांगून अर्जंट मोकळं करा की!" नामदेवराव म्हणाले.

"सांगू?" मास्तरांनी स्टार्ट घेतला.

“हा! सांगाच!”

नामदेवरावांनी धक्का मारला. “काय बी ठिवू नका.” आणि मास्तरांनी “तुम्ही असेच वागलात, तर या वर्षीच काय पण या जन्मातसुद्धा व्ह. फा. पास होणं शक्य नाही.” हे एका दमात सांगून टाकलं.

“अरे जा बे मास्तर! तेरी ऐशी की तैशी!” असं म्हणून नामदेवराव डुलत डुलत घरी निघून गेले.

त्या मास्तराच्या कुंडलीत ग्रह बरे नसावेत. कारण नामदेवराव घरी पोचले त्याच वेळी त्यांचे वडील समोरून येत होते. त्यांची नि नामदेवरावांचीही मुलाखत झाली.

“नाम्या भडव्या! कुठं उंडारतुयास?”

“साळंला गेल्तो बाबा!” हणमंतरावांचा दरारा असला की त्यांचीच काय पण पंचक्रोशीतील इतरांची पोरं आणि त्या पोरांचे बापसुद्धा हणमंतरावांना टरकून असत. नामदेवराव तर बापासमोर गोगलगायच बनत.

“मंग, लौकरसा आलास रं!”

“मास्तर म्हनलं तू जन्मात व्ह. फा. होत नाईस. हितं झोपण्यापरीस घरी शिस्तशीर बायकुच्या मांडीवर झोप जा!”

“आसं म्हनलं मास्तर!”

“हा आसंच कायतरी!”

“मंग या वर्षी तू व्ह. फा. होनाऽऽरच!”

हणमंतरावांनी हे बोलून दाखविले म्हणजे ते व्हायलाच हवं. त्याप्रमाणे व्ह. फा. चा सेंटर त्यांच्या गावी आलं. व्ह. फा. च्या सुपरवायझरला हणमंतरावांनी पहिल्या धारेची दिली नि मास्तरला पेपर लिहाया बसवलं. त्यांनी मास्तरला सांगितलंच की, “हे बघा मास्तर, पास झालं तर आमचं पोरगं हुईल, तुम्हाला अशिस्टंट ह्याडमास्तरबी करील म्या, काय? पन जर का फ्येल ग्येलं तर मंग– तुम्ही व्ह. फा. ला पन नापास हुताय नि या पोरानला बी काय श्यान शिकवणार? रिटायर करील!” असं बोलून हणमंतराव अदृश्य झाले. या वेळपर्यंत हणमंतराव लोकांना कसं रिटायर करतात हे मास्तरना ठाऊक झाले होते. नामदेवराव हे अशा तऱ्हेने बारभरे कुटुंबातले पहिले व्ह. फा. झाले व नंतर मास्तर बारभऱ्यांचे कारभारी बनले आणि आपण बाहेरची बायको केली तर तिचं व आपलं खरं नाही हे जाणून त्यांनी बारभऱ्यांच्या पोरीशी लग्न केलं आणि माप लवंडून बारभऱ्यांच्या घरात प्रवेश केला.

अशा घराण्यातला रंगराव बापाला न विचारता चक्क एशेशी झाला. ते सुद्धा चांगले मार्क मिळवून. हे आश्चर्यकारकच होते. नंतर तो भीतभीत वडिलांकडे गेला.

आधी हणमंतरावांनी त्याला ओळखलेच नव्हते. पण त्याने आपली ओळख पटवून दिली व बापाची परवानगी असेल, तर आपल्याला कॉलेजात जायची इच्छा आहे, असा आपला हेतू बोलून दाखविला. त्यांनी आपल्या जावई कम कारभाऱ्याचा सल्ला घेतला नि मग रंगरावाच्या अंगावर एक नोटांचे पुडके फेकले, ''जा शिका जा!'' अशी पित्याची अनुज्ञा मिळताच रंगराव आनंदाने पुण्यास आला.

रंगराव बिचारा गरीब नि निर्व्यसनी पोरगा. त्याला डोकंही होतं नि कष्ट करायची इच्छापण. घरात सगळ्यांत लहान, येणाऱ्या-जाणाऱ्यानं प्रत्येकानं टपला मारायच्या; काहीही बोलायचं, त्यामुळे तो शाळा नि घर या पलीकडे वावरलेला नव्हता. बरं सानेगुरुजींच्या गोष्टी वाचलेल्या नि आपले बाप नि भाऊ कसे आहेत हे तो बघतच होता. त्यामुळे व्यसन या शब्दाचा रंगरावाने धसकाच घेतला होता.

तो पुण्याला आला. प्रामाणिकपणे एक खोली घेतली. अभ्यास करू लागला. खाली मान घालून कॉलेजात जायचं नि निमूट रस्त्याच्या त्याच कडेने खाली मान घालून परत यायचं. महिन्याला पाचशे रुपयांची मनीऑर्डर येई. याचे जास्तीत जास्त शंभर रुपये खर्च होत. कधी कुणाला मदत केली तर सव्वाशे. नंतर त्याने सायकल घेतली. बाकीचे पैसे तो बँकेत टाकीत असे. तो पी. डी. पास झाला. आता पुण्यात येऊन वर्ष झाले होते. एफ. वाय. ला त्याच्या कपड्यात बदल झाला. भाषा आधी शुद्धच होती ती पुणेरी झाली.

पी. डी. ला असतानाच त्यांना शिकवायला तांबे नावाची एक बाई होती. त्या बाईच्या पहिल्याच लेक्चरला कुणीतरी विद्यार्थ्याने 'मिस तांबे हॅज गॉट टू आंबे' असं फळ्यावर लिहून ठेवलं. थोड्या वेळाने बाई वर्गात आल्या. त्यांनी रोल घ्यायला सुरुवात केली. सगळा वर्ग रोल होईपर्यंत हसत होता. बाईंना काय झाले ते कळेना. रोल घेऊन झाल्यावर त्यांनी रोल मिटला नि त्या फळ्याकडे वळल्या. त्यांच्या रागाचा पारा पार वर्गाच्या छताला आपटून परत आला. 'यू इडियट्स' वगैरे म्हणत त्या तणतणल्या. 'वेट टिल आय ब्रिंग द प्रिन्सिपॉल हिअर अँण्ड शो हिम व्हॉट यू हॅव रिटन!' असं म्हणत त्या पाय आपटत आपटत वर्गाबाहेर पडल्या. बाई नुकत्याच शिक्षण संपवून कॉलेजात आल्या होत्या. त्यांनी सरळ सरळ प्रिन्सिपॉलकडे धाव घेतली. प्रिन्सिपॉल वर्गात आले तर फळा मोकळा.

फळ्यावर लिहिणारा पोरगा होता एफ. वाय. चा. त्याने बाई प्रिन्सिपॉलकडे गेलेल्या बघून फळा पुसला नि तो शांतपणे वर्गाबाहेर निघून गेला. इकडे वर्गात प्रचंड शांतता पसरली होती. प्रिन्सिपॉल आले. त्यांनी वर्गाला उद्देशून एक भाषण दिले. शिस्तीचे महत्त्व सांगितले. थोरामोठ्यांची परंपरा सांगितली आणि वर्गाला उद्देशून प्रश्न केला. ''हे कृत्य कुणाचे?'' कुणीच असल्या प्रश्नांना उत्तर देत नसते हे त्यांनाही माहीत होते. शेवटी त्यांनी पहिल्या बाकावर बसलेल्या रंगरावाचा गरीब

दिसणारा चेहरा बघून त्यांना उभे केले.

"काय हो! नाव काय तुमचं?"

"रंगराव हणमंतराव बारभरे."

"हे फळ्यावर कुणी लिहिलं?"

"माहीत नाही सर?"

"हे कुणी पुसलं?"

रंगरावांनी नकारार्थी मुंडी हलवली.

"मुलगा वर्गातलाच आहे का? मान हलवू नका, जोरात बोला!"

"नाही सर!"

"बाहेरचा होता काय?"

"होय सर!"

"कसा होता?" इथं मास्तरांना रंगरावांकडून मुलाच्या वर्णनाची अपेक्षा होती. त्याऐवजी अभावितपणे रंगराव म्हणाले,

"बरा होता, सर!"

प्रिन्सिपॉलसकट सगळा वर्ग हसला. हसले नाहीत ते बाई नि रंगराव. रंगरावांना बसायला सांगून पुन्हा एक लेक्चर देऊन प्रिन्सिपॉल निघून गेले. त्यानंतर ते लेक्चर झाले नाहीच; पण का कोण जाणे रंगरावाला त्या बाईबद्दल आत्मीयता निर्माण झाला आणि जेव्हा दिवाळीच्या सुट्टीला तो घरी गेला तो वडिलांशी काहीतरी खणखणीत बोलावं, आपल्या लग्नाबद्दल वडिलांची काय मतं आहेत तेही जाणून घ्यावं या इराद्यानेच.

सुटी संपत आली. वडिलांची भेट होण्याची काही शक्यता दिसेना तेव्हा तो अधिकच अस्वस्थ झाला. अखेरीस एक दिवस तो मळ्यात वडिलांना भेटायचेच म्हणून दुपार संपता संपता गेला. त्याचे वडील डाराडूर झोपले होते. त्याने मग उगीचच इकडे तिकडे करीत वेळ काढला. सातच्या सुमारास वडील उद्योगाला लागले. नऊ वाजले. आता खरा धंद्याला जोर; पण पोरगा, तोसुद्धा कॉलेजात शिकणारा आपली वाट बघत थांबलाय म्हटल्यावर त्यांनी मालाची प्रतवारी लावली, एक टंपर हाणला नि ते निघाले.

रोज ते गल्ल्यावर असायचे. हळूहळू दोन तीन बाटल्या व्हायच्या. आज घाईगडबडीत जरा भरभर आणि जास्तच झाली होती. त्यामुळे वडिलांना रस्त्याच्या मधोमध ठेवण्यातच रंगरावाचे सगळे कसब खर्ची पडले नि विषय निघालाच नाही. मधेच हणमंतरावांनी सगळ्या जगाची आई-माई उद्धारली. एखादा माणूस जगाच्या आई-माईशी किती निरनिराळ्या प्रकारांनी संबंध ठेवू शकतो हे रंगरावांच्या लक्षात आले. त्याचबरोबर आपल्याला तेवीस भावंडे कशी, हे कोडेही त्याला सुटले.

कसाबसा वडिलांना घरी पोचवून तो धन्य झाला. परत म्हणून त्याला वडिलांच्या एवढ्या जवळ यायचा चान्स आला नाही.

त्यातच तो काही बोलला की त्याचे वडील "बेचाळीस साली म्या लय देसशेवा केली! काय देसशेवा. देसशेवा म्हंजे काय? बोलता का न्हाई, का दातखीळ बसली. दातखीळ म्हणजी दाताची घट मिठी बसतिया. मिठी बसावी तर शिरपूरच्या रंगीची! लई बाया पायल्या; पण रंगी सारखी नार गुलजार जी जी जी!" असं म्हणत पोवाडाच म्हणायला लागले. ते पोवाडाच का म्हणाले नि लावणी का म्हणाले नाहीत, त्याला रंगरावाजवळ अजूनही उत्तर नाही. पण त्याने वडिलांजवळ यानंतर कुठल्याच विषयावर कधीच बातचीत केली नाही. तो तिथून सरळ पुण्याला निघून आला आणि त्याने अभ्यासात आणि तांबेबाईंत मन रमविले.

तो साधारण ज्युनियरला असताना त्याचे नि त्याच्यापेक्षा जवळजवळ सहा वर्षांनी मोठ्या असलेल्या तांबेबाईंचे गुफ्तगू किंवा लफडे पाडाला आले. आता लग्न करायचे. पैशाचा दोघांनाही प्रश्न नव्हताच.

रंगराव धाडसाने आपल्या प्रेयसीला घेऊन गावी गेला. त्याने हणमंतरावांच्या पाया पडायची इच्छा व्यक्त केली. त्याला वाटलं होतं, हणमंतराव आपल्याला खूप शिवीगाळ करतील; पण तसं काहीच झालं नाही. झालं ते एकदम विचित्रच झालं. तो काहीतरी कामासाठी एका भावाबरोबर तालुक्याच्या गावी गेला. तिथे दोन-तीन दिवस रहावं लागलं. तो परत आला तेव्हा तांबेबाई हिरवा शालू हिरवा चुडा, गळ्यात मंगळसूत्र घालून त्याच्या बाबांबरोबर देवाला निघाल्या होत्या. त्याला सॉलीड धक्का बसला.

त्याच्या नव्या आईने त्याची समजूत घालायचा खूप प्रयत्न केला. वडिलांनी पुण्याच्या बँकेत त्याच्या नावावर लाख-दीड लाख रुपये जमा केले होते. तो वडिलांना एवढंच म्हणाला, "बाबा, या म्हातारपणात हे लग्न तुम्हाला झेपणार आहे का? उगीच मराल!" आणि तो शिक्षणाला निघून गला. त्याचा घराशी संबंध तुटल्यासारखाच झाला.

साधारण वर्ष झाले. तो आता पोस्ट ग्रॅज्युएशन करीत होता. एक दिवस त्याला वडिलांचे पत्र आले.

चि. रंगराव यास

अ. आ. वि. वि.

कळविण्यास अत्यंत दुःख होते, की आपल्या नव्या मातोश्रींचे बाळंतपणात दुर्दैवाने निधन झाले. तरी या सुट्टीत येताना दोन बाया घेऊन येणे. म्हणजे तुमचा नि आमचा बार एकदमच उडवून देऊ. मागच्यासारखी एकच घेऊन याल आणि मग तुमच्या लग्नाचे तसेच राहून जाईल. या दुःखातून परमेश्वरच मार्ग काढील. कळावे.

लोभ असावा.

आपला हणमंतराव बारभरे.

हे आपल्या मेव्हण्याच्या, मास्तरच्या भाषेतले वडिलांच्या सहीचे पत्र बघून रंगराव चक्क बेशुद्ध पडला.

◆

नंदूचे लेडीज क्रिकेट

'आजकाल जमाना पालटलाय!' 'कलियुग बरं हे! आपले दिवस नव्हेत हे!' असं जर वाक्य माझ्या कानावर आलं, तर मी तातडीने 'हो!' म्हणतो. स्वानुभवाचे नसले तरी मित्रानुभवाचे बोल आहेत हे. मग आजकाल जमाना कुणाचा आहे? त्याचे उत्तर वरील वाक्यांच्या इतकेच जुने आहे. आजकाल जमाना स्त्रियांचा आहे. स्त्री-मुक्त झाली. तिच्या नावचं एक वर्षही झालं. आता स्त्री-पुरुष हा भेद राहिलेला नाही. आमचा मित्र नंदू याला हे पटत नव्हतं. ते कसं पटलं, त्याची ही गोष्ट आहे.

तसा नंदू हा बरा माणूस होता, भला होता की नाही हे त्याचं तोच जाणे! पण आपल्या दृष्टीने तो बरा होता. गप्पा मारायला केव्हाही तयार! चहा प्यायला चल म्हटलं, तर सिगारेट मागायचा नाही असं नाही; पण स्वत:कडे पैसे असले तर मग आम्हाला मिसळही खाऊ घालायचा, असा बरा माणूस! या माणसाला हिंदी पिक्चरची खूप आवड. अमिताभ बच्चम की बच्चन नावाचा माणूस म्हणजे देव. तो मरतो नि धर्मेंद्र कारण नसताना जगतो म्हणून याचा शोलेवर राग. शोलेचा लाँग प्ले लागला की त्या पुलावरच्या मारामारीनंतरचं, ये दोसऽऽती (स्लोस्पीड) ऐकायलासुद्धा हा थांबायचा नाही. अशा या माणसाला क्रिकेटचा गंध नव्हता.

कसंही असलं तरी क्रिकेट हा मैदानी, मर्दानी खेळ! विजय हजारे, विजय मांजरेकर, पॉली उम्रीगर, दुराणी, गावस्कर ही आमच्या हीरोंची नावं. शिवी द्यायची झाली, तर आम्ही एकमेकाला पार्थसारथी शर्मा म्हणायचो. आमचे ऐकून ऐकून नंदूही शिवीत पार्थसारथी शर्मा हे नाव घेऊ लागला होता. म्हणजे कारण नसताना एखादा माणूस नको तिथे टपकला नि त्याने कंपनीचा विचका केला, की त्याला पार्थसारथी शर्मा म्हणायचं. सुरकुत्याला– म्हणजे ज्याच्याकडे विनोदबुद्धीचा अभाव असेल असा मित्र प्यायच्या कंपनीत आला, की त्याला गावस्करबरोबर ओपनिंगला आला साला! असं म्हणायचं. अशा आमच्या कंपनीला, जेव्हा जागोजाग, पांढरी पॅन्ट-शर्ट-बूट घातलेल्या व हातात बॅट घेऊन चाललेल्या तरुणी दिसल्या की कसंतरीच वाटायचं. 'लेऽऽअगदी शांता रंगास्वामीच की!' 'आयला, तुम्ही काय

बाई सुधा शहाच्या बापच लागून गेलात!' ही वाक्यं मुलींच्या तोंडून ऐकली तेव्हा (आपण ही वाक्यं ऐकली आहेत याला साक्षीदार आहेत) त्यांची, 'तुम्ही बाप कशा व्हाल, आई व्हाल!' अशी टिंगल करायचं भानही आम्हाला उरलं नव्हतं. हे असे दिवस आलेले! आजकाल अय्या-इश्शचे दिवस राह्यलेत कुठे?

आता या नंदूला अशा दिवसात प्रेमात पडायला कुणी सांगितलं होतं? पण वयोमानापरत्वे नंदू प्रेमात पडला. आम्हाला हे कळायला फारसा वेळ लागला नाही. एक दिवस नंद्या माझ्याकडे आला नि त्याने मला खासगीत दत्त उपाहार- गृहात नेले. तिथे गेल्यावर त्याने विचारले.

''काय घेणार?''

याचा अर्थ नक्कीच महत्त्वाचं काम होतं. आम्ही मिसळ खाल्ली. ''काय रे, एखाद्याने स्क्वेअरकट मारला, तो चुकला नि कट लागून चेंडू थर्ड मॅनला गेला म्हणजे एक्झॅक्टली काय झालं?'' या प्रश्नाला फक्त मिसळ घेणे हा अन्याय होता. ज्ञानेश्वरांचा रेडा, कॉमेंटेटर आणि क्रिकेट न कळणारे महाभाग, यांना क्रिकेट समजावून सांगणे ही काय शिक्षा आहे, ते कुठल्याही जाणकाराला विचारा. ज्ञानेश्वरांच्या रेड्याला आतापर्यंत देवाज्ञा झाली असावी. मराठी कॉमेंटेटर ही चीजच इतकी भारी आहे, की स्वत:ची टेप केलेली कॉमेंट्री ऐकल्यावर एका कॉमेंटेटरने, याला उद्या सकाळी सूर्योदयाबरोबर सुळावर चढवा असे म्हटल्याचे गावात वृद्ध लोक बोलताना आढळले. तेव्हा त्यांचा प्रश्न त्यांनीच सोडवला. नंदू तिसऱ्या कॅटॅगरीत मोडणारा महाभाग. मी त्याला सगळं समजावून सांगितलं. ही विकेट, ही गोलंदाजाची जागा. उजव्या यष्टीच्या बाहेर आखूड टप्प्याचा चेंडू पडला तर त्याला स्क्वेअरकट मारायचा म्हणजे तो विकेटला परपेंडीक्युलर रेषेत जातो. त्याऐवजी तो थर्डमॅनच्या पोझिशनकडे जाणं चूक आहे. ''थर्ड मॅन कोण असतो?'' नंदूने मूलभूत शंका विचारली. ''कोणी नसतो!''

''बरं, तिथे मुलगी असली तर तिला थर्डवूमन म्हणायचं का?'' आता माझ्या टाळक्यात बत्ती पेटली.

''आता कोण गाठलीस?''

माझ्या या प्रश्नामुळे नंदू दुखावला गेला. ''गेली गेली! या नतद्रष्टाला खाऊ घातलेली मिसळ वाया गेली!'' हा भाव त्याच्या चेहऱ्यावर स्पष्ट दिसत होता.

''राजा, तुला टॅक्ट कशाशी खातात हे माहीत नसलं, तर त्याचा राग माझ्यावर का?'' मी त्याला प्रतिप्रश्न केला.

''तू विषयाला सोडून बोलू नकोस!'' नंद्या माझ्यावर खेकसला.

''मग मी कोणाला धरून बोलू? लता फणसळकरला?'' हे मी विचारताच नंद्या खचला. त्याची छाती आत गेली. खांदे पडले. एकंदरीने हवा गेलेल्या

फुग्यासारखी त्याची अवस्था झाली,

"तुला कसं कळलं?"

"हे बघ नंद्या, तुझ्या रस्त्यावरच्या हालचालींवर आमचं लक्ष असतं. लता फणसळकरची सायकल अलका टॉकीजजवळ आली, की तुझे डोळे चकणे होतात. ती चिपळूणकर भवनाकडून पुढे सरकली की तुला धाप लागते आणि हे सगळं लेका, ती जिमखान्यावरून क्रिकेट खेळून येते तेव्हा!"

"सिगारेट हवी काय? तुम्ही च्यायला शेरलॉक होम्सचे बापच लागून गेले!" नंद्याच्या डोळ्यांत पराभव दिसत होता. बहुधा थर्डवूमनने त्याचा कॅच झेलला असावा.

"बरं, आता तुला काय मदत हवी आहे ते सांग. प्रथम म्हणजे मी तुला उद्या एक चार्ट करून देतो. तसंच रविवारी आपण कुठेतरी मॅच बघायला जाऊ, गर्दी नसेल अशा ठिकाणी. म्हणजे मी तुझ्या डोक्यात क्रिकेट शिरवीन. मग त्या जोरावर तुम्हाला तुमच्या लताबाईंना काय पिळायचंय ते पिळा."

"तिची नी माझी ओळख आहे, हे तुला कोणी सांगितलं?"

"त्याशिवाय का तू या मुलाखतीचं पहिलं वाक्य पवित्र मंत्रासारखं म्हटलं असतंस नि त्याचा अर्थ माहीत करून घेण्यासाठी मला मिसळ चारली असतीस?" मी विजयी मुद्रेने नंद्याकडे पाहिले.

खरं म्हणजे, कुठल्यातरी लग्नात तिची ओळख झाल्याचं नंद्यानेच मला सांगितलं होतं; पण त्यावेळेला तिचं क्वालिफिकेशन, "एक बरी मुलगी भेटली, आम्ही गप्पा मारल्या, वेळ बरा गेला." या वाक्यातल्या 'बरी मुलगी' या सदरात झाले होते. प्रेमाचा किडा निदान तेव्हा तरी नंद्याला चावलेला नव्हता. प्रेम अतिशय चावट असते. काही वेळा प्रथम दृष्टिक्षेपात वगैरे प्रेम होऊन जाते. पण कित्येकदा लाखो वेळा दृष्टिक्षेप करून प्रेम बसतेच असे नाही आणि एखाद्या वेळेस, एक लाख वेळा काहीही न वाटलेल्या मुलीबद्दल, एक लाख एकाव्या वेळी, एकाएकी हिच्याशिवाय आपण जगूच शकत नाही, असं का वाटायला लागतं, याचं उत्तर कुणीही देऊ शकत नाही.

कालपर्यंत नकटं असलेलं नाक आज लगेच अपरं होतं. कालपर्यंत पांढरी वाटत असलेली मुलगी गोरी, किंवा काळी वाटत असेल, तर ती सावळी पण स्मार्ट होते. अशा अनेक गोष्टी कारण नसताना बदलतात. इतके दिवस रस्त्यात तिचा धक्का लागला तरी विशेष काही न वाटणारी व्यक्ती स्वारगेटजवळ असेल आणि ही तरुणी लकडी पुलावर असेल, तरी स्वारगेटजवळच्या तरुणाच्या छातीत धडधड सुरू होते, त्याचा चेहरा कावराबावरा होतो. तो पन्नास वेळा घड्याळ बघतो, साध्या साध्या गोष्टीत चुका करतो आणि आधीपासून ओळख असलेली ती मुलगी

समोरून हसत गेली की याला घाम फुटतो नि तो त्या वेळी कुठली तरी जाहिरात वाचू लागतो. नंदूच्या बाबतीत हे सगळं घडू लागलेलं आम्हाला कळत होतं.

नंदूला इतके दिवस बरी वाटणारी लता, क्रिकेट खेळून जिमखान्यावरून परत येत असताना दिसली. ती अलका टॉकीजसमोर उभी राहून मैत्रिणीचा निरोप घेत होती. कॅन्व्हासचे पांढरे बूट, पांढरी ढगळ पॅन्ट, पांढरा शर्ट, डोक्याचे केस बॉबीस्टाईल बांधलेले, हातात सायकल आणि बॅट! नंद्या समोरून आला. ती हसली. "वा: क्रिकेट वाटतं? वेस्ट इंडिजला जाणार काय?"

"अय्या!" करून ती लाजली. या क्षणी नंद्या तिच्या प्रेमात पडला असावा असं म्हणायला जागा आहे. हळूहळू आपले क्रिकेटचे ज्ञान फार तोकडे आहे, किंबहुना आपल्या क्रिकेटचे ज्ञान, उपरनिर्दिष्ट (हा शब्द कसा भारदस्त वाटतो नाही?) मराठी कॉमेंटेटरपेक्षाही कमी दर्जाचे आहे, याची त्याला पदोपदी जाणीव होत होती.

लताच्या प्रेमात पडल्यावर तो काही दिवस बुजरा झाला; पण हळूहळू त्याने त्या बुजरेपणावर मात केली. पण स्टान्स, ग्लान्स, विकेटकीपर, गवत कापणे, कव्हर ड्राइव्ह, गुगली वगैरे शब्द आणि क्रिया त्याच्या डोक्यापलीकडच्या होत्या. तीन पाठात क्रिकेट! फी दर वेळेस मिसळ व चहा, या बोलीवर मी अखेरीस नंद्याला क्रिकेटचा क्रिटिक बनवले. यासाठी प्रत्यक्ष खेळाची आवश्यकता नसतेच.

नंद्याला खेळायची आवडही नव्हती. एकदाच त्याने पॅड्स वगैरे गोष्टी बघितल्या नि प्रत्यक्ष खेळाचा धसका घेतला.

आता नंदूचे प्रेमप्रकरण सुरळीत सुरू झाले होते. कालांतराने त्याचे मन उडून दुसऱ्या मुलीवर बसले नाही, लताच्या वडिलांची बदली दुसरीकडे झाली नाही, तर शेवट गोड होईल, याबद्दल कुणाला संशय उरला नव्हता; पण...

प्रेमप्रकरण आहे नि त्यात अडचण नाही, हे कसे शक्य आहे? तसे जर घडले नाही, तर आम्ही गोष्ट तरी कसली लिहायची?

नंदूला झालेल्या क्रिकेटच्या ज्ञानप्राप्तीमुळे, त्याचा कॉन्फिडन्स वाढत वाढत तो ओव्हर कॉन्फिडन्स झाला नि नंद्याने त्याप्रकरणी गोता खाल्ला.

त्याची लता आता मॅच खेळायच्या स्टेजला आली होती. साहजिकच आम्हाला त्या मॅचमध्ये प्रेक्षक बनणे भाग होते. नंद्याला कंपनी द्यायला मी, आनंद, श्री, सुधीर असे सगळे गेलो होतो आणि लता फारच लवकर बाद झाली. आम्ही सगळे परत आलो ते नंद्याला चिडवतच. नंद्या संध्याकाळी रागारागाने लताला भेटायला गेला आणि चेहरा पाडूनच परत आला. आम्ही काहीच बोललो नाही. नंद्या धुमसतच होता. आम्ही आपले आमच्याच विषयात मग्न झाल्याचे दाखवत होतो. अखेरीस नंद्या केविलवाण्या स्वरात म्हणाला, "आयला मी मेलो!"

"तुला काय झालंय मरायला?"

"माझं ऐकून तर घ्याल?"

"बोल वत्सा, बोल, काय ऐकून घेऊ तुझं?"

"मी गेलो. लताला म्हटलं, तू लवकर का आऊट झालीस, ऑफस्टपंच्या बाहेरच्या बॉलला बॅट लावायची नाही हे किती वेळा सांगायचं?"

"नंद्या, तू लेका एकदा गल्लीत तरी क्रिकेट खेळलायस का रे?"

"दॅटीज बिसाइड्स द पॉइंट! तर ती मला काय म्हणाली म्हणतोस?"

"ते आम्हाला कसं ठाऊक पडणार?"

"तुमच्या प्रेमिकांच्या खासगीत आम्ही कशाला डोकवू?"

"बॅट घातली असेल टाळक्यात?"

"नंद्या, जरा उभा राहा नि पाठ कर, कॅन्व्हासच्या बुटाचा ठसा दिसतोय का बघू?"

"नाही तर एखादा स्पाईक!"

"मी निघालो, मित्र मदत करतील म्हणून आलो तर साले तुम्ही आमची खिल्ली उडवताय!"

"बस रे, चाललास कुठे, आधी सिगारेट ओढ नि शांत हो. मग ती काय ते म्हणाली सांग!"

आम्ही सिगारेट मागवल्या. नंद्याने एक प्रदीर्घ झुरका मारला नि तो म्हणाला.

"शी सेड, 'दॅट इज ग्लोरिअस अनसरटन्टि ऑफ क्रिकेट! तुला नाही कळायचं ते!' हलकट लेकाची!"

"मग तू काय म्हणालास?"

"इथून पुढे क्रिकेट खेळायचं असलं तर बुरखा पांघरून खेळत जा. म्हणजे माझे मित्र मला चिडवायचे नाहीत!

'त्यापेक्षा तूच बुरखा पांघरून मॅच बघायला ये ना. खरं म्हणजे तू मॅचला आलास म्हणूनच मी लवकर आऊट झाले!'

'स्वत:ला खेळता येत नाही हे सांग ना. आम्ही एवढ्या मॅचेस बघितल्या तिथे नाही कोणी कधी लवकर आऊट झालं?'

'पण तू तिथे आहेस या कल्पनेने मी अस्वस्थ होते!'

'का?'

'आपलं माणूस असलं... हुडुत् ! आता तुझा माझा काही संबंध नाही. मी पुढच्या मॅचला तीन बाऊंड्र्या मारीन. तू असलास काय नि नसलास काय.'

'लता, एवढं चिडायला काय झालं?'

'मग तू का मला बुरखा घाल म्हणालास?'

'तू राग आवर, तू म्हणशील ते प्रायश्चित घेईन!'

'मी तीन चौकार मारले तर तू अलका टॉकीजपासून अप्सरा हॉटेलपर्यंत बुरखा घालून जायचंस. आहे कबूल?' ''

''मग त्यात काय? हो म्हणायचं!'' सुधीर म्हणाला,

''हो ना! म्हणून तर काळजी वाटते! समज ही ओपनिंग खेळायला आली आणि बॅटला लागून विकेटकीपरच्या मागे तीन चौकार झळकले की आम्ही मेलो का?''

''म्हणजे मग तुला क्रिकेटची नेत्रदीपक अनिश्चितता लक्षात येईल! बाई आणि क्रिकेट, यांच्या वाट्याला शहाण्याने जाऊ नये असं म्हणतात ते काय उगीच?'' आनंदने विचारले.

''कोण म्हणतो रे असं?'' नंद्या उसळला.

''कुणी का म्हणेना; पण ते खरं आहे हे तुला पटतंय ना?'' श्रीने नंद्याला गुगली टाकला, यावर नंद्याने चेहरा पाडला.

मंडळी, त्या मॅचमध्ये इरेला पेटलेल्या लताने चक्क बासष्ट धावा केल्या. त्यात विकेटच्या पुढे मारलेले पाच चौकार होते. प्रत्येक चौकाराला आम्ही जोरजोरात टाळ्या वाजवत होतो. तिच्या पन्नास धावा झाल्या तेव्हा नंद्या तिला हारही घालून आला. त्याला आम्ही म्हटलं की, मध्ये पांढरा कोट धरायचा रे! म्हणजे आम्ही वाजवा रे वाजवा म्हणून मोकळे झालो असतो. नंद्याच्या चेहऱ्यावर गांभीर्य दिसत होते. त्याला बुटका करून, जर त्याचा फोटो वॉटर्लूच्या वेळचा नेपोलियन म्हणून छापला असता तर सहज खपला असता. आपल्याकडचंच उदाहरण द्यायचं झालं, तर बोटे तुटलेल्या शाहिस्तेखानाचं देता येईल. मॅच संपली, आम्ही घरी गेलो. नंदूचा नैतिक पराभव झाला होता. आता तो बुरखा घालून जातो की नाही यात आम्हाला तसा खास इंटरेस्ट नव्हता, त्यामुळे पुढच्या घटना घडल्या तेव्हा आम्ही थक्कच झालो.

रविवार मॅचचा दिवस! दमलेल्या लताला रिक्षात घालून, तिची बॅट घेऊन, त्याच रिक्षात तिच्या शेजारी बसलेला नंद्या आम्ही बघितला होता. तो आम्हाला सोमावारी दिसला नाही तेव्हा, मंगळवारी आम्ही पेपरात नदीत अज्ञात तरुणाचे प्रेत, गळफास लावून आत्महत्या, टिक्-२० प्यायल्याने ससूनमध्ये दाखल अशा तऱ्हेच्या सर्व बातम्या चाळल्या; पण त्यात नंद्याचे नाव नव्हते. मग हा मेला कुठे? बुधवारी चर्चा करून आम्ही गुरुवारी त्याच्या घरी जायचे ठरवले. उगीचच सस्पेन्स वाढला होता.

गुरुवार सकाळ उजाडली. मी दाढी करत बसलो होतो. आई म्हणाली,

“तुझ्याकडे कुणीतरी मुलगी आली आहे बघ!”

मला वाटलं, मला मुली सांगून यायला लागल्यात त्यातलीच ही मुलगी असावी. पण ही अवेळीच एकटी कशी? आईचाच तर काही डाव नाही? मी साबण पुसत दचकून कापलेल्या गालावर टॉवेल दाबत दारात आलो. समोर लता उभी होती. मी पुन्हा एकदा दचकलो; पण आता हातात वस्तरा नसल्यामुळे वाचलो. “येऽऽ याऽऽना आत या!” गडबडून माझ्या तोंडून शब्द गेले. ती आत आली. “चहा वगैरे पायजे का रे?” आमच्या मातोश्रींनी आतून विचारले.

“कॉफी कर!” मी चतुराईने उत्तर दिले नि लताला घेऊन वरती माझ्या खोलीकडे कूच केले. आई कॉफी घेऊन आली. मी आईला थांबायची खूण केली. कारण आमच्या मातोश्रींना नंद्याचं भयंकर प्रेम. माझ्या सर्व मित्रांत नंद्यासारखा मित्र नाही, असं ती माऊली म्हणायची. मी म्हटलं. “ऐका!”

लता सांगत होती. रिक्षातून जाताना नंद्या काहीच बोलला नव्हता. पुढच्या म्हणजे येत्या रविवारी मी बुरखा घालून टिळक रोडवरून जाणार नि पैज पुरी करणार असंही तो म्हणाला. मग लता म्हणाली, त्याची काही गरज नाही. फक्त इथून पुढे माझी क्रिकेटवरून टिंगल करत जाऊ नकोस. यावर त्यानंतर, आपण तुझी कुठल्याच बाबतीत टिंगलही करणार नाही किंवा बोलणारही नाही. तुझा नि माझा संबंध संपला, असं नंद्याने बजावलं होतं.

लताला वाटत होतं की यात नंद्या आततायीपणा तरी करतोय किंवा त्याचं दुसरीकडे जमलं तरी आहे. यातल्या दुसऱ्या मताशी मी सहमत होतो. तर आमच्या मातोश्री म्हणाल्या, “मी त्याला समजावून सांगीन!”

तशी आमची माता भयंकर स्पष्टवक्ती आहे. ती एकदा बोलायला लागली, की थोरथोर माणसं सरळ येतात. याला अपवाद फक्त माझा, असं तिचं म्हणणं आहे. कारण मी म्हणे उच्च प्रतीचा निर्लज्ज आहे.

हे सांगायचं कारण म्हणजे, नंतर आमच्या मातोश्रींनी लताला अर्धा तास झापली नि म्हणाल्या “तिकडे माझं दूध उतू गेलं असेल गॅसवरचं; पण तरी सांगून ठेवते, यावेळेस मी मध्ये पडीन, पण परत तू त्याला सोडायचं नाही. नाही तर तू दुसऱ्याशी लग्न करशील आणि आमचा सोन्यासारखा पोरगा तसाच बसेल!” यावर लताने मान खाली घातली. नंतर तिच्याकडून, “नंद्याशीच लग्न करीन” असं आमच्या मातोश्रींनी वदवून घेतलं व तिला प्लॅन ऑफ ॲक्शन समजावून दिला. ती गेली. मी, ती, आई व नंद्या अशी चौघांची त्या संध्याकाळी कॉन्फरन्स झाली. त्यात असे ठरले की, नंदूनं बुरखा घालून जर अलका टॉकीज ते अप्सरा हॉटेल रविवारी संध्याकाळी चालून दाखवले तर त्याने पुन्हा लताशी नाही बोलले तरी चालेल, पण अट पहिली – त्याने पळायचं नाही. जर तो पैज पूर्ण करू शकला

नाही, तर त्याने लताशी किंवा जर ती नाही म्हणाली, तर मग ती सांगेल त्या मुलीशी लग्न करावे. इथे 'पण मला लग्न करायचेच नाही', असं बोलण्यासाठी नंद्याने तोंड उघडले होते; पण त्याचा काहीच उपयोग झाला नाही. पैज संपल्यानंतर लगेचच नंद्याने किंवा लताने आपला निर्णय ताबडतोब जाहीर करायला हवा. आई आमच्या घरीच आमची वाट पाहणार होती. या विषयावर जो पैज जिंकेल त्याने दुसऱ्याला पुन्हा चिडवायचे नाही, हीही अट लताच्या सांगण्यावरून घालण्यात आली आणि मंडळी आपापल्या घरी गेली.

मी शनिवारीच जाऊन नाटक कंपनीतून बुरखा आणून ठेवला होता. रविवार उजाडला. सकाळ टळली, दुपारी झोप लागेना. संध्याकाळी पाच वाजताच रिगलला जाऊन बसलो.

सहा वाजता दात्यांच्या दुकानाजवळ नंदू आला. आम्ही रिगलमधून बाहेर पडलो, गंभीर चेहऱ्याने उभे राहिलो. नंद्याने आत जाऊन बुरखा घातला. तोपर्यंत लता आली. नंदूने दीर्घ श्वास घेतला नि धीरगंभीर पावले टाकीत टिळक रोडवरून चालू लागला. पहिल्यांदा आम्ही त्याच्या मागेमागे चालत होतो. बरोबर चालणे शक्यच नव्हते. तो फारच भरभर चालत होता. त्यामुळे पुढे पुढे अंतर वाढू लागले. तो साहित्य परिषदेजवळ आला. तिथे रस्ता उकरलेला. नंद्या त्या बुरख्याच्या घोळात पाय अडकून, ओल्या डांबरात न्हायलेल्या रस्त्यावर आपटला.

'बाई पडली, बाई पडली' असा एकच कालवा झाला. आपण बुरख्यात आहोत हे लक्षात न आल्याने नंद्याने कॉर्पोरेशनला शिवी हासडली. या वेळपर्यंत आम्ही जवळ आलो. जनता काय वाटेल ते बोलत होती. ही काहीतरी भानगड दिसते इथपासून, हा पाकिस्तानी हेर आहे इथपर्यंत! कुणालातरी चौथीतला 'चिंगीचा पराक्रम' हा धडा आठवला. आता नंद्या पळू लागला. त्याच्या मागे गर्दी पळू लागली. नंद्या थांबला. आम्ही त्याच्या भोवती कडे केले. आनंदने सगळ्या जनतेला शांत केले. अशी जनता काय ऐकते काय? नंदू वळून चालू लागल्यावर त्याच्यामागे गर्दी चालू लागली.

आम्ही बादशाहीपर्यंत आलो. तिथे पोलिसांनी हा मोर्चा समजून अडवला. तिथे पुन्हा समजूत. आम्ही उदयविहारपाशी आलो तिथे पुन्हा गर्दी! आता नंद्या थांबला. त्यानं मला जवळ बोलावलं नि म्हणाला, ''पैज गेली खड्ड्यात. चल मला निघायचं यातनं, रिक्षा थांबव!'' मी रिक्षा थांबवली, आम्ही रिक्षात बसलो. प्रचंड आरडाओरडा झाला. लोकांनी रिक्षाच्या टपावर टपल्या मारल्या नि आम्ही सुटलो. आम्ही घरी येईपर्यंत नंद्याने बुरखा काढला होता. आमच्या मागोमाग दुसऱ्या रिक्षातून लता नि आनंद आले. आई दारात उभी होतीच. आम्ही आत गेलो. आई नंद्याला म्हणाली,

"विचार तिला, तुझ्याशी ती लग्न करायला तयार आहे का?"

नंद्याने विचारले, ती 'हो' म्हणाली. इथपर्यंत ठीक; पण मला राहवेना. मी आईला म्हटलं, "लता पैज जिंकणार हे तुला कसं कळलं?"

"साधी गोष्ट आहे. नंद्या बावळट, बुरखा घालून निघाला की गर्दी जमवणार याची मला खात्री होती. कधी कुणाच्या लग्नालासुद्धा गर्दी असते म्हणून न जाणारा प्राणी, मागे गर्दी लागली तर काय चालणार होय? शिवाय तुम्ही स्कूटर संस्कृतीची बालकं! लकडीपूल ते अप्सरा एका दमात कुठली चालायला?"

हे मात्र अतीच होतं. मी नंद्याकडे वळलो. तो मान हलवून म्हणाला, "हो रे च्यायला! रस्त्यातला प्रत्येक माणूस माझ्याकडे बघतोय असं वाटत होतं. शिवाय एकट्याने चालून बोअर झालो."

"आता तुम्हाला रोज दुकट्याने जायची सवय होईल!" या आमच्या मातेच्या वाक्याने शीन समाप्त!

◆

दीक्षा

मला आज काहीच उद्योग नव्हता. रविवार. सकाळी सकाळी शेजारी कुठेतरी आग लागली असावी. खूप घंटा खणखणत होत्या. ठण् ठण् ठण् ठण्! माझं डोकं दुखू लागलं. मी डोकं हलवलं. त्या घंटा जोरात वाजल्या. माझं डोकं पोकळ झालं की काय? घंटेचा टोल माझ्या डोक्यात कसा गेला? आणि तो दोन्ही डोळ्यांवर कपाळाच्या टोकाशी का आपटतोय? मी कपाळ दाबून धरलं. हा वेळपर्यंत दुसरी एक भावना त्रास देऊ लागली. प्रचंड भूक लागली होती. पोटात खड्डा पडला होता. काय करावं सुचेना. मी घड्याळ बघितलं, घड्याळात सहा काटे दिसत होते. थोड्या वेळाने त्यांची संख्या चारावर आली. मी परत डोकं उशीवर टेकायचा प्रयत्न केला, कवटी टेकली; पण मेंदू फूटभर हवेतच तरंगू लागला.

मला कॉफीची गरज होती. का कोण जाणे, अशा वेळी नेहमीच आपण कॉफी पितो याची मला जाणीव झाली. हळूहळू मेंदू धर्मराजाच्या रथातून भूमीवर आला. स्ट्राँग आणि कडक कॉफीची गरज आपल्याला का असावी, याचा मी विचार करू लागलो. पुन्हा एकदा घड्याळ पहायचा प्रयत्न केला. आता नक्कीच पहाटे तीननंतरचे कितीतरी वाजले होते. हे पहाटेचे तीन कुठले? हां! आपण पहाटे तीनला रिक्षात बसायचा प्रयत्न करत होतो. रिक्षात का बसत होतो तर आपल्याला घरी यायचं होतं, पण घरी आलेलं तर आपल्याला आठवत नाही. असं कसं? आपण घरीच आहोत ना? घरी म्हणजे अर्थातच खोलीवर! मी इकडे तिकडे बघितलं. वॉर्डरोब, एलिजाबेथ टेलरचा फोटो, डेबोनेरचे सेंटरस्प्रेड, मुमताज ही मंडळी नेहमीचीच होती. म्हणजे ही आपलीच खोली. म्हणजे आपल्याला जरी आठवत नसले, तरी आपण आपल्या खोलीवर येऊन पोचलो होतो आणि आपण रिक्षातून इथे पोचलो, त्याअर्थी पहाटे तीनपूर्वी आपण दुसऱ्या ठिकाणी होतो. शेरलॉक होम्स आणि धनंजयांना लाजवेल असे हे तर्कशुद्ध विचार माझ्या मेंदूतून बाहेर पडले. ते दुसरे ठिकाण कुठले? त्यासाठी काहीतरी सूत्र मिळायला हवे म्हणजे त्या स्वर्गाचा पत्ता लावता येणार होता. एवढ्यात कॉटखालून गडगड असा

आवाज झाला. नक्कीच भूकंप! मला कोयनेचा भूकंप आठवतो. त्या वेळेस असाच कॉटखालून आवाज आला होता नि अशीच कॉट गदगदा हलली होती. आता छप्पर कोसळणार त्या भीतीने मी गच्च डोळे मिटून घेतले. आता आपण मरणार, उद्या फायर ब्रिगेडचे किंवा लष्कराचे लोक, पोलीस व होमगार्डच्या मदतीने मातीच्या ढिगाऱ्यातून आपला देह काढत आहेत, असा फोटो वृत्तपत्रांच्या पहिल्या पानावर छापून येणार. एवढ्यात स्पष्ट नि खणखणीत असा आवाज, "मी कुठे आहे?" असं विचारू लागला. माझे विचार थांबले.

हा आवाज माझ्या देहाबाहेरून येत होता; म्हणजे आपण व आपला आत्मा यांची फारकत झाली असावी हे स्पष्ट होते. दॅट मीन्स आय वॉज ऑलरेडी डेड! माझा विदेही आत्मा आता माझ्या देहावर तरंगत असणार. मग आपण स्वर्गात आलो की नरकात? मी डोळे उघडले. पुन्हा मला खोलीचे छत दिसू लागले. पुन्हा एकदा सर्व जग हलले. "च्यायला! ऑऽऽहाऽऽहा! मी कुठं आहे?" असा प्रश्न कुणीतरी केला. पुन्हा मी हादरलो. स्वर्गात आणि च्यायला? हे शक्य नाही आणि 'मी कोण आहे?' हा प्रश्न अनेकांना सुटलेला नाही. पण हा 'मी कोठे आहे म्हणणारा कोण? की आपल्यासारखाच एखादा विदेही आत्मा? की आपल्याच आत्म्याचा आवाज? आता चैत्रालीला काय वाटेल?' हा विचार माझ्या मनात आला.

चैत्रालीचा विचार मनात येताच आणखी एक लिंक लागली. मी कुठे आहे हा प्रश्न जरी सुटला नाही तरी मी कुठे होतो, हा प्रश्न मात्र नक्कीच सुटला होता. माझं चैत्रालीबरोबर लग्न ठरलं. बुधवारी साखरपुडा झाला होता आणि लगेचच्या शनिवारी म्हणजे काल रात्री आम्ही मित्रांना पार्टी देऊन हा साखरपुडा सेलिब्रेट करीत होतो. झंप्याच्या खोलीवर ८॥ला जमलो होतो. आसराचा खिमा आणि चिकन! कलकत्त्यातून मासे आणि भाकऱ्या आणि दोन बाटल्या माल्टेड बोनीस्कॉच! ९॥ला प्रथम 'चिअर्स' असं म्हणालो, हे आठवायचं कारण नेहमी वेळेवर किंबहुना सर्वात आधी येऊन बसणारा अरुण चक्क ओव्हर टाईम, वगैरेंचा उशीर झाल्यामुळे ९।ला आला होता. मग एकंदरीत देशहित, ओव्हरटाईम इंग्लंड-ऑस्ट्रेलिया, बायांचं क्रिकेट, विनोद करीत कुणाला तरी, थांबा हं! किसनलाच बिअरची आठवण झाली. मग मंडळी त्या वेळी त्या परिस्थितीत जाऊन बिअर घेऊन आली.

'व्हिस्की विथ बिअर, नो फिअर!
बिअर विथ व्हिस्की नॉट रिस्की!'

'चीअर्स!' करत करत मद्याचे प्याले झोकले. फक्त साकीचीच कमी होती. मग भसाड्या आवाजात किसन, 'धुंद येथ मी आज झोकतो मद्याचे प्याले!' म्हणू लागला. लगेच मी ओरडलो 'सापडला! सापडला!' याच वेळेस एक ग्लास

फुटला. 'कोण सापडला? हा ग्लास शेजाऱ्यांचा होता!'

'आम्ही ज्याच्या तोंडून वेद वदवले तो रेडा! आज सापडला!' हे किंवा अशा अर्थाचे बोल माझ्या तोंडून बाहेर पडताच,

"थोबाड फोडतो साल्याचं! मला रेडा... डेराऽऽरेडा म्हणतो काय? असं म्हणून किसन विजयच्या अंगावर धावला. इथपर्यंत मला आठवत होतं. झंप्या कोपऱ्यात रडत बसला होता. त्याला नंतर सगळं– नंतर म्हणजे उद्या सकाळी आवरावं लागणार होतं म्हणून तो प्रत्येकाला 'तू इथंच रहा' असा आग्रहही करीत होता. मधनंच

'अजल एक दिन तुझे आना है वले–
आज आती शबे-फुर्कतमें तो एहमाँ होता!'

असा एक शेर म्हणत होता. च्यायला, आमचा साखरपुडा सेलिब्रेट होतोय नि हा नालायक, 'आज विरहाच्या रात्री, ये मृत्यू ये, दया होईल! उगीच कधीतरी येऊन काय उपयोग?' या अर्थाचा शेर म्हणातोय. मी त्याची गचांडी धरली नि म्हटलं, "हा मी तुझा मृत्यू आलो. चल माझ्या बरोबर!"

तर अशोक माझ्या पाया पडून म्हणाला, "यमराज! तुमचा स्टेथॉस्कोप नि रेडा कुठे?" त्यावर डॉक्टरला राग आला. नंतर बहुधा ते मला किसनच्या पाठीवर बसवायचा प्रयत्न करीत असावेत. इथपर्यंत मला स्पष्ट आठवत होतं. नंतर ते अस्पष्ट होत होतं.

मग कधी तरी, कुणीतरी, 'तीन वाजले, चला', असं म्हणालं. त्यावर सव्वाबारा की तीन असा वाद चालला होता. मी या वादात भाग घेतला नव्हता. मग लहान काटा कुठला नि मोठा काटा कुठला, हे ठरवायला, पट्टी आणायला कुणीतरी गेलं. त्यानंतर एकदम मला रिक्षा आठवत होती.

माझ्या कॉटवर खालून काहीतरी आदळलं नि त्या मागोमाग, "अगं आईऽऽगंऽ मेलो, मला वाचवा!" अशी आरोळी आली. हा किसनचा आवाज होता. 'हॅ किसन इज हिअर अॅण्ड व्हेअर इज ही?' माझ्या मनासमोर पुन्हा प्रश्न उभे राहिले. का त्याचा आत्मा माझ्या आत्म्याला भेटायला आलाय?

"अरे मला कुणी तरी वाचवा रे! मी कुठाय?" किसनने हंबरडा फोडला. या क्षणी किसन आपल्या कॉटखाली आहे आणि रात्री रिक्षातही तो बरोबर होता. तिच्यायला! आपण मेलो. चैत्राली तिच्या स्कॉलर भावाला घेऊन इथे दहा वाजता यायचीय. थॅन्क गॉड! रात्री इथे पार्टी केली नाही. एवढा विचार माझ्या डोक्यात घुसले. मी ताडकन उठून बसलो. डोक्यात मेरी गो राऊंडचे चाक गर्रकन फिरले. पाय कॉटवरून सोडून उभा राहिलो. माझे गुडघे रबरी बनले होते. तेवढ्यात पुन्हा कॉटखालून आवाज झाला. मी घाईघाईत कॉटचा व नंतर भिंतीचा आधार घेऊन

वॉश बेसिनजवळ गेलो नि तोंडावर पाणी मारलं नि सहज घड्याळात बघितलं. सव्वानऊ! बोंबला! ठार मेलो च्यायला आम्ही!

मग निसर्गाला ओऽऽ दिली. डायरेक्ट बाथरूममध्ये शॉवरखाली उभा राहिलो. मी जसा सावरलो तसाच किसन सावरला जाईल, याची मला खात्री होती. त्याला थोडा जास्त कालावधी लागला असता एवढंच. मी आंघोळ करून टॉवेल गुंडाळून बाहेर आलो. घाईघाईत कपडे चढवत होतो. किसन चक्क कॉटच्या कडेवर बसून डोळे मिचमिचे करत होता. माझी काळजी बरीच कमी होत होती. तेवढ्यात बेल वाजली. मी हादरलो. किसनची बखोटी धरली नि त्याला बाथरूममध्ये ढकलला. तोंडावर बोट ठेवून चूप राहायची खूण केली. तो अजूनही ''मी कुठे आहे एवढेच कळले'' असे ध्वनी तोंडातून काढत होता. घाईघाईत मी बाहेर आलो. कॉटवरची चादर नीट केली नि दार उघडले. बाहेर सखू उभी होती. मी सुटकेचा निःश्वास सोडला.

''बरं झालं तू आलीस. आधी इथला केर काढून घे! बाई यायच्यात! मग कपडेबिपडे धू!''

मी दार लावून परत गेलो. किस्न्याला बघितला. गार पाण्याच्या स्पर्शाने तोही सावरला होता. मी त्याला 'चैत्राली यायचीय, आवर' असं सांगितलं नि कॉफी करायला गेलो. कॉफी पाजून किस्न्याला हुसकावला. १०॥ वाजत आले होते. आता चैत्रालीला उशीर झाल्याबद्दल झापायची असं मनाशी ठरवलं; पण खरं म्हणजे परत कॉटवर पडावं असं वाटत होतं. अखेरीस सखू गेली. आता कुठेतरी जाऊन गिळावं असा मनाशी विचार केला. पुन्हा गावात घरी जेवायला जायचं होतं. आई-बाबांनी दोनपर्यंत तरी या, असं सांगितलं होतं.

मी बाहेर पडायचं ठरवलं नि बेल वाजली, आता कोण? म्हणत मी दार उघडलं, समोर चैत्राली, तिचा भाऊ आणि आणखी एक इसम असे उभे होते.

''या! या!'' मी म्हणालो.

''आलो! आलो! आलो!'' लाडात येऊन चैत्राली म्हणाली.

''काही गरज होती यायची? जरा घरी जावं म्हणत होतो.''

''आणि फ्लॅटवर येताना या सगळ्यांना कशाला आणलंस, असंच ना?'' त्या मिशाळ तरुणाने विचारले.

मी त्याच्याकडे तीव्र कटाक्ष टाकला. मी देव, ऋषी वगैरे पुराणकालीन व्यक्ती असतो, तर या कटाक्षाने तो जळून भस्म झाला असता! पण त्याच्या सुदैवाने मी आधुनिक तरुण होतो, ''चला बाहेरच पडू. आमच्या घरी जाऊ!''

''थांबा हो मेव्हणे, आधी ओळख तर करून घेऊन!''

चैत्रालीचा तो भाऊ वैमानिक होता. त्याला भरपूर अपेय पानाचे पेय मिळवता

येत होते. मी चेहरा गंभीर ठेवला. तो रात्री पार्टी करावी असं म्हणत होता. मी नुसताच गप्प उभा होतो. किसन तेवढ्यात परत आला, ठाकठीक होऊन! मी किसनची आणि या नव्या मेव्हण्याची ओळख करून दिली. तो वैमानिक किस्न्याला म्हणाला,

"काय हो, असे कसे तुमचे मित्र? त्यांना प्यायला शिकवा. आधुनिक तरुण म्हणवतात! चैत्राली रागावणार नाही!"

"हो ना! आता लग्नच व्हायचंय म्हटल्यावर..." किस्न्याने वाक्य अर्धवट सोडले. चैत्राली त्याच्यावर भयंकर खवळली असावी. मघाशी मी ज्या तीव्रतेचा कटाक्ष वैमानिकावर टाकला त्यापेक्षा कितीतरी पॉवरफुल कटाक्ष तिने किस्न्यावर सोडला. मी हसलो. मग ती लाजली. ते दोघे भाऊ आपापसात काहीतरी बोलत उभे होते.

ते म्हणाले, "जास्त नको हो! थोडी तर घ्याल की नाही? नॉनव्हेज वगैरे खाता ना? आज तुम्हाला दीक्षा देतो आम्ही"

मी आढेवढे घेतले, "अगदी थोडी घेईन, त्रास झाला तर बघा! पण नकोच! बीअर म्हणता, पण ती फार स्ट्राँग असते. नाही?" असं म्हणत मी अखेरीस तयार झालो दीक्षेला.

त्या रात्री पार्टी झाली. त्यानंतर आमचे मेव्हणे चोरून पितात. त्या बिचाऱ्यांनी मेव्हणा पितोय पिऊ घात, म्हणून त्या दिवशी पाजली आणि त्यांना काहीच मिळेना. विशेषतः मी नि किसन स्वतःच्या पायाने चालत घरी आलेले पाहून त्यांना फार फार धक्का बसला.

आता केव्हाही आमचे मेव्हणे आमच्या समोर आले, की एकंदरीने मद्यपान म्हणजे वाईटच अशा गप्पा करीत असतात. कारण बोलता बोलता किसन गाढवाने, आदल्या रात्री आम्ही कसे प्यायलो नि आज फारच कमी पडली, हे वर्णन त्यांना रंगतदार करून सांगितले आणि रिकाम्या बाटलीत पेटती काडी टाकली होती आणि पहिल्यांदा चिअर्स म्हणून त्यांनी उचललेले ग्लास त्या वेळेस अर्धेच संपलेले होते. त्या बिचाऱ्यांनी मग तेवढंच रेशन तासभर पुरवलं. बिच्चारे! म्हणून मी म्हणतो, कधी कुणाला प्यायला शिकवू नये. अनोळखी माणसाला तर मुळीच नाही.

◆

एक लेखक मरतो

जगात असंख्य लोक मरतात. त्यांचे गृह्यसंस्कारही छापून येतात. एखादा मोठा शरीराने किंवा कीर्तीने लेखक, कवी, इन जनरल साहित्यिक वारतो तो एखाद्या वेळेस युगप्रवर्तक वगैरे असतो, त्याच्यावर अग्रलेख वगैरे येतात. 'युगप्रवर्तक कसला? आर्गसीतल्या गोष्टी तर चोरायचा!' असे उद्गार निघतात. माझ्या माहितीत गेलाबाजार पन्नास युगप्रवर्तक झाले. पंचांगात सत्य, त्रेता, द्वापार आणि कली अशी युगे चार. सत्ययुगाच्या आधी आणि कलियुगाच्या नंतर काही नाही, म्हणजे जास्तीत जास्त तीन युगप्रवर्तकांना चान्स. या हिशेबाने तीन युगप्रवर्तक साहित्यिक असायला हवेत, तरी पन्नास युगप्रवर्तक धरले, म्हणजे हिशेबाला, नाही तर पुन्हा पंचाईत, तरी त्यातील कुणाचाही शीर्षकातील मेलेल्या लेखकांशी संबंध नाही.

मी वरचा परिच्छेद लिहिला नि सिंहावलोकन केले. मृत्युलेखात हवी तितकी भाषा प्रौढ वाटत नाही; पण जुनाट मात्र वाटते. मग काय करायचे. हा लेखक कोण होता याचे रहस्य सोडवणारी धनंजय-छोटू कथा लिहायची तर तो लेखक म्हणजे मीच हे मला माहीत आहे. म्हणजे रहस्य बोंबलले. मग करायचे काय? बा, वाचकमित्रा काय करायचे? असे विचारले तर गोष्ट लिहिलीच आहे तर बंबात घाला, आधी लिहिलीच कशाला? इथपासून सुरनळी करून... वगैरे वगैरे पर्यंत सर्व सल्ले ऐकावे लागतील. तत्पूर्वी आपला कथानायक कशाने परलोकवासी झाला याची माहिती करून घेऊ. यात सगळ्यात महत्त्वाचा मुद्दा मला माझ्या एका मित्राने नजरेस आणून दिला, 'येड्या! गोष्टींचा हीरो मरतो? खुळा का काय? तुझी गोष्ट चालणार नाही!' तो पिक्चर नाही पण तरीसुद्धा आमची गोष्ट चालणार नाही हे नजरेस आणून देणाऱ्या आमच्या मित्राचे आम्ही आभारी आहोत. आजच्या प्रथेप्रमाणे एक सोपस्कार राहिला.

'लेखक आपले सहर्ष स्वागत करीत आहे' ही पाटी गोष्टीच्या आत यायच्या वेशीवर टांगायची राह्यली. समजून घेणे. मागील बाजूस लेखक आपला आभारी आहे हे पण. आमची चूकभूल देणे घेणे.

त्याचं काय झालं. माझ्यातला साहित्यिक फार लहानपणीच जागा झाला. त्यात मी प्रयोगशील माणूस होतो. असंख्य निरनिराळे प्रयोग करीत राहणे हे एक ध्येय आम्ही अंगीकारले होते. आकाशातून पडली काकडी..., आदी होलीकोत्सवातील गीते फ्ल्यूटवर वाजवल्याबद्दल आमच्या पाठीची आणि मास्तरांच्या बंद मुठीची एकदा गाठ पडली आहे. आमच्या संशोधन प्रवृत्तींचा हा पुरावा. अगदी खरं सांगायचं म्हणजे बेकारीच्या काळात मी कथा लिहू लागलो. त्या काळी कागदटंचाई नव्हती आणि दुसरं म्हणजे संपादक मानधन देतात अशी एक भ्रामक पण गोड समजूत होती. माझ्या दुर्दैवाने अन् महाराष्ट्राच्या सुदैवाने इति अनिता (माझी धाकटी बहीण) मी दुसऱ्या समजुतीबद्दल स्वत:ला अनुभवसिद्ध ज्ञान नसल्यामुळे काही बोलू शकत नाही. कारण माझी एकही कथा त्या कागदसमृद्धीच्या काळातसुद्धा छापून येऊ शकली नाही. मी लिहीतच राहिलो. खूप मोठा ढीग जमा झाला होता माझ्याकडे. येता-जाता आमचे डॅडी रद्दीचा भाव वाढतोय असे सांगत, तर मातोश्री– हे कागद रद्दी करायची काय आवश्यकता आहे, विकत घेतले नाहीत तर किती पैसा वाचेल याचा बोट मोडून सबंध जगाला ऐकू जाईल अशा आवाजात हिशेब करीत. मी न हटता लढत होतो.

बुद्धाला साक्षात्कार झाला तो वटवृक्षाखाली, आणखी कुणाला उंबराखाली, क्वचित कुणाला गुहेत तर आणखी काहींना स्वप्नांतसुद्धा साक्षात्कार झालेत. मला मात्र साक्षात्कार झाला तो जुहू एअरपोर्टच्या छपराखाली. माझा चुलतभाऊ इकडे बऱ्याच दिवसांनी येत होता. अमेरिकेतून येता येता तो इंग्लंड, युरोपात जाऊन आला होता. त्याच्याबरोबर मिरवायला मिळेल, जमल्यास कपडा वगैरे, म्हणून मी प्रामाणिकपणे त्याला रिसिव्ह करायला गेलो. ग्रहणाची माहिती जशी जगभर पसरते तशीच नातेवाईक परदेशातून यायची बातमीही पसरत असावी. आम्ही लाऊंजमध्ये थांबलो होतो. एक माणूस बाहेर आला. त्याच्या हातातून दोन कागद पडले. माझी परोपकारी वृत्ती जागृत झाली. मी ते कागद उचलून त्याच्या पुढे केले. त्याने ते बघितले, म्हणाला 'रहने दो, कचडा तो है!'

मी नर्व्हस होऊन फिरलो, ते कागद कुठे फेकावेत याचा विचार करत होता. तेवढ्यात म्हटले काय आहे ते तर बघू? म्हणून त्या रंगीत कागदाच्या घड्या उलगडू लागलो. ते नकाशे होते. एक नेपल्सचा, दुसरा लंडनचा. माझ्या डोक्यात खाडकन बत्ती पेटली. मी ते नकाशे कपाळाला लावले, घडी केली आणि शर्टचे बटण काढून पोटाशी सरकवले. त्यात माझ्या भावाकडून आलेल्या रद्दीची भर. त्या दिवसापासून मला निरनिराळे नकाशे आणि पँप्लेट्स जमवायचा नाद लागला. आमची आई वडिलांना, आमच्याच, म्हणाली, 'चांगला गोष्टी लिहायचा नाद संपलाय, आता दुसरं खूळ भिनायच्या आत लग्न करून द्या कार्ट्याचं! नोकरी काय

कशीही मिळेल' बाबांनीही ही गोष्ट मनावर घेतली होती. मी मात्र राणा भीमदेवी थाटात एक ना एक दिवस तुम्हाला गोष्ट लिहून दाखवीनच दाखवीन अशी घोर प्रतिज्ञा केली आणि प्लॅन अमलात आणायला सुरुवात केली.

पहिली गोष्ट. असंख्य निळ्या-तांबड्या कडांची एअरोग्रॅम्सची पाकिटं आणली. नंतर आत्तापर्यंत परत आलेल्या सर्व गोष्टी आल्टर करायला सुरुवात केली. अप्पा बळवंत चौकाचा चेरिंग क्रॉस; तर जिमखाना ऑक्स्फर्ड सर्कस बनला. हॅंस्लींग्डन, मलबेरी ॲव्हेन्यू आदि नावे सर्वत्र पेरली. माधवचा मॅनी झाला, जोशी स्मिथ बनले, प्रिया, शर्मिला मेबल, हेझल, मेरी झाल्या. पूर्ण तयारी पार पाडली आता ऑपरेशन सक्सेस सुरू करायचे होते.

एक पत्र लिहून हे ऑपरेशन सुरू करायचे होते.

प्रिय संपादक,

आम्ही येथे महाराष्ट्र मंडळात जी काही मासिकं घेतो त्यात आपलेही मासिक असते. आपले मासिक मला आवडतेही. मी इकडे समाजजीवन पाहतो. अधून मधून तिकडेही येतो. या माझ्या अनुभवांवर आधारित काही लघुकथा मी लिहिल्या आहेत. त्या माझे धाकटे चुलत बंधू – हे पुण्यातच राहतात – श्री. यशोधन जोशी यांच्याकडे पाठविल्या आहेत. मराठी शुद्धलेखनाबद्दल क्षमा असावी. मोबदला त्यांचे हातीच सुपूर्त करावा. म्हणजे फॉरन एक्स्चेंजचा प्रश्न निर्माण होणार नाही. यातील काही कथा, इकडे माझ्याच ज्या कथा प्रसिद्ध झाल्या आहेत त्यांचे अनुवाद आहेत. त्या आपल्यालाही आवडतील अशी आशा आहे.

कळावे
आपला
श्री. हर्षवर्धन जोशी

एका छोट्या लिफाफ्यात हे पत्र आणि मोठ्या लिफाफ्यात मला आलेले पूरक पत्र घेऊन मी आता मोहिमेस सिद्ध झालो. मोठ्या लिफाफ्यात ४-५ आपल्याकडची तिकिटे चिकटवून ती पुन्हा ओरबडून काढली आता सर्व सिद्धता पूर्ण झाली होती. माझी मोहीम सुरू झाली.

तुम्हाला खोटं वाटेल, पण ही कल्पना अक्षरश: प्रचंड यशस्वी झाली. गेल्या हजार वर्षांत होणार नाही इतकी कल्पनेच्या बाहेर जी कल्पना असते तिच्या बाहेर यशस्वी झाली. श्री. हर्षवर्धन जोशी यांच्या कथा भराभर छापल्या जाऊ लागल्या. पहिल्या दिवाळीला १६ कथा; म्हणजे बघा! जानेवारीपासून मध्यरात्रीपर्यंतचा सूर्य! आर्यांचे वसतीस्थान-उत्तर ध्रुव प्रदेश! युरोपच्या काश्मिरमध्ये, बर्लीन, जर्मनी आणि

युरोप! ही चार प्रवासवर्णने, युरोपचे आर्थिक संकट! ही वैचारिक लेखमाला अशा एकूण पाच लेखमाला सुरू झाल्या. वर्षारंभ, वासंतिकसाठी आमंत्रण येत होती. नवोदितांना कसला मोबदला असे म्हणणारे एक संपादक चक्क चेक घेऊन दारात आले. मी मात्र कुणालाच हर्षवर्धन जोशींचा इंग्लंडमधला पत्ता देत नव्हतो. सर्व हक्क यशोधन जोशींच्या ताब्यात होते. पत्ता द्यायचा कुठला? पुण्यातल्या ब्रिटीश कौन्सिल लायब्ररीचा? का कॉलेजच्या लायब्ररीच्या जॉग्रफी सेक्शनचा?

धडाधड लेखांची, गोष्टींची संख्या वाढत होती. बेडकी फुगत होती. आता टाचणी लागली की फट्! खरंच तशी वेळ आली होती. एवढं सगळं होऊन माझ्या ज्या ओळखी वाढल्या त्या ओळखींवर माझ्या पाठविलेल्या पंधरा गोष्टींपैकी बारा साभार परत आल्या. तीन संपादकांनी केवळ भिडेखातर छापल्या, मोबदला राहूच दे, अंकही दिले नाहीत. अगदीच बाबा जाहिरात म्हणून गोष्ट छापायला निघाले होते, त्यापेक्षा बरे!

इकडे माझे लग्न-नोकरी वगैरे चालू होतेच. आता टाचणी टोचायच्या बेतात आली होती. कारण श्री. हर्षवर्धन जोशींची पाचशेवी कथा छापून आली होती. दुसऱ्या दिवाळीला त्यांच्या तीन कादंबऱ्या, पाच दीर्घकथा, तीस एक लघुकथा, आठ प्रवासवर्णने, दोन क्रीडाविषयक लेख आणि लंडनची नाट्यालये हा अभ्यासपूर्ण लेख एवढे प्रसिद्धीस आले होते. प्रकाशक कथासंग्रह काढावा म्हणत होते. सरकारी बक्षिसाची गॅरंटी देत होते. हर्षवर्धन हिंदुस्थानात कधी येणार म्हणून चौकशी करीत होते. मी काय करावे याचा विचार करत होतो. वाढत्या संसाराबरोबर लिहिणे कठीण होत चालले होते. बायकोही ओरडत होतीच, चुलतभावाला जमलं म्हणून तुम्हाला थोडंच जमणार आहे? नुस्ते कागदाचं भुस्कट पाडता, लोकं बघा कशी बायकोशी प्रेमानं वागतात ती? नाहीतर तुम्ही? बरं एवढा मी त्याग करते तर तुमची एक तरी गोष्ट छापून यायची? हर्षवर्धनविरोधी वातावरण तापत चाललं होतं, पण दिवसेंदिवस माझा त्यांच्यावर जीव जडत चालला होता.

आणि एक दिवस ते घडले.

श्री. हर्षवर्धन जोशी, महाराष्ट्राचे लाडके, सिद्धहस्त लेखक आल्प्स पर्वतात सुट्टीवर असताना बर्फाचा कडा कोसळून निधन पावले. त्यांचा मृतदेह खूप शोधाअंती सापडला नाही. (ते बर्फावर घसरण्याचा खेळ करीत असताना गेले की हिमकडा कोसळून गेले ते कळलेच नाही.)

वाचकमित्र हो! आपल्या मासिकातून गेले तीन महिने जर्मनीच्या जीवनातील अंतर्गत प्रवाहांचे आणि त्या प्रवाहांतर्गत सामाजिक भोवऱ्याचे जवळून निरीक्षण करून त्याचे आपणाला जवळून दर्शन घडविणारे 'समाधी'चे तरुण लेखक श्री. हर्षवर्धन जोशी यांचे युरोपात दुर्दैवी अपघाती निधन झाले. या अंकात त्यांनी

आपल्यासाठी लिहिलेली इटालियन आल्प्सची माहिती देत आहोत. हा त्यांचा शेवटचा लेख ठरेल, याची आम्हाला कल्पना नव्हती. आपण योजतो एक अन् परमेश्वर करतो दुसरेच. आम्ही जोशी कुटुंबीयांच्या दु:खात सहभागी आहोत.

श्री. हर्षवर्धन जोशी यांची शेवटची लघुकथा बारा निरनिराळ्या मासिकांतून खास त्या मासिकासाठी लिहिलेल्या शेवटच्या बारा गोष्टी आल्या. एका मासिकास हर्षवर्धनने लंडनमध्ये अर्धवट लिहिलेली, त्यांच्या सामानातून आलेली एक गोष्ट मी दिली. त्यांनीही सद्गदित होऊन छापली, (तीन वर्षांपूर्वी माझी ही गोष्ट साभार परत करण्याचे श्रमही त्यांनी घेतले नव्हते. आमचे परतीचे पोस्टेज बोंबललेच. त्या वेळेस गोष्टीस शेवट होता. या वेळेस शेवट आमच्या चिरंजीव सफाईस कामी आला होता.) शिवाय हर्षवर्धन जोशींच्या सोळा कविता एका मासिकाने छापल्या. हळूहळू सर्वत्र शोकावेग ओसरला. मी काही मासिकांसाठी हर्षच्या किंवा वर्धनच्या आठवणी दिल्या. हर्षवर्धन गेला होता. मी मूडमध्ये एक झकास कथा लिहिली नि पाठवून दिली. इतर वेळेस पोस्ट खातं चुका करेल पण अशा वेळेस ते फार प्रामाणिकपणे वागतं. बरोबर सहाव्या दिवशी माझी गोष्ट साभार परत आली. त्या दिवसापासून मी पुन्हा लेखणीस हात लावलेला नाही.

एक लेखक 'कै पुढे पूज्य' झाला त्याची ही कहाणी पाचा उत्तरी सुफळ संपूर्ण.

◆

बंडूचा बेत

प. ग. लाकुडघरे कुणाला ठाऊक नाहीत? कुणालाच! त्याला कारणही तसंच आहे. त्यांनी शेठ सावकारांपासून राजे-राजवाड्यांपर्यंत असंख्य टोपणनावे घेतली आहेत. या नावांत सध्या तरी स्त्रीलिंगी व पुल्लिंगीच नावे आहेत. त्यांनी काय केलं? सांगतो, त्यांनी मराठी माणसाला एका नव्या इंद्रियाची जाणीव करून दिली. दचकू नका, तुम्ही वृत्तपत्रांची शेवटची पाने वाचता म्हणून असं होतं. हे इंद्रिय हे विनोदाचे आहे, तुमच्या मनात होते तसे नाही.

म्हणजे प. ग. लाकुडघऱ्यांनी एक्झॅक्टली काय केले? सांगतो, आत्तापर्यंत तुमच्या लक्षात यायला पाहिजे होते म्हणा. त्यांनी विनोदी लिखाण केले. त्यांचे बरेचसे लिखाण परदेशांतून फार गाजलेय. तिकडे ते पी. जी. वुडहाऊस या टोपणनावाने लिहितात. आता आलं ना लक्षात. मध्यंतरी त्यांचा 'प्लम्पाय' नावाचा एक कथासंग्रह प्रसिद्ध झाला. त्याचा बहुधा मराठी 'आंब्याचे लोणचे' असा अनुवादही ते करतील म्हणा; पण तत्पूर्वी त्यांच्याच शब्दांत त्यातली एक कथा त्यांना न सांगताच आम्ही उचलली; तीच ही प. ग. लाकुडघरे यांची गोष्ट.

बंडू लहानेने ऑफिसात पाऊल टाकले नि त्याच्या बॉसनी, सत्यवान सरमळकरांनी त्याच्या नावाने मारलेली हाक त्याच्या कानी पडली. ही चक्क हाक होती, नेहमीप्रमाणे बोंब नव्हती; हे लक्षात येताच त्याचा चेहेरा उजळला. त्याने त्या हाकेस 'ओ!' दिली. ''बंडू, तुझा आज रात्रीचा बेत काय आहे?'' बंडू दचकला. तो विवाहित होता. या प्रश्नाचे उत्तर देणे त्याला शक्य नव्हते. त्याच्या चेहऱ्यावरचे भाव बघून बॉसने खुलासा केला, ''बाहेर जेवायला जायचे आहे, तू मोकळा आहेस का?'' बंडूचे उत्तर ऐकण्यापूर्वी हा प्रकार काय, याची पार्श्वभूमी लक्षात घेणे आवश्यक आहे.

सत्यवान सरमळकर हे 'बाटली' या लहान मुलांच्या मासिकाचे चालक मालक, पालक, प्रकाशक, मुद्रक, संपादक वगैरे सर्व काही होते. (काही राहिले असल्यास चूकभूल देणे घेणे.) ते वर्षातून एक महिना बहुधा दिवाळीत सुट्टी घेत

असत. त्यामुळे बंडू लहानेला त्या सुमारास सुट्टी घेता येत नसे. बंडू हा 'बाटली' चा कार्यकारी संपादक होता. डिसेंबर महिना संपला होता. नव्या वर्षाचे उत्साहाने स्वागत करायला बंडू लहाने आपली सुट्टी संपवून परत पुण्यात आला होता. त्याला पुण्यात पाऊल ठेवताच त्याचा जुना मित्र धनंजय शिंदे भेटला. धनंजयने बऱ्याच दिवसांनी भेटलेल्या या आपल्या मित्राला तो काम करीत असलेल्या नाटकाची पुढच्या आठवड्यातील प्रयोगाचा एक पास दिला. आता त्याला आपला मित्र 'साहेब! पत्र' या वाक्यात आपल्या अभिनयाने कसा रंग भरतो हे पाहायला जायलाच हवे होते. एका पासावर दोन माणसे जात असत. त्याची बायको 'श्यामा शिरवळकर' आपले चिरंजीव आणि त्यांच्या आजी यांना एकमेकांचा सहवास घडावा या उद्देशाने माहेरी गेली होती. श्यामा शिरवळकर म्हणजेच ती प्रसिद्ध प्रेमळ कादंबऱ्यांची लेखिका. तिचे नाव बंडूने बदलले असले तरीही ती आपल्या कादंबऱ्यांवर अजून गुडविल म्हणून पूर्वीचेच नाव टाकत होती. ती माहेरी गेल्यामुळे अर्ध्या पासचे काय करावे हा प्रश्न बंडूपुढे आऽऽ वासून उभा होता.

त्याच्या डोळ्यांपुढे कंपनी म्हणून एक नाव आलं नि त्याचा चेहेरा पडला. त्याची दंगूआत्या रिकामी होती. या बाईचं माहेरचं नाव लहाने आहे हे जर कुणाला कळलं असतं, तर कितीही जवळच्या नातेवाईकाचे सुतक पाळणाऱ्या माणसाच्या चेहेऱ्यावर एखादी तरी स्मितरेषा उमटल्याशिवाय राहिली नसती. दोन माणसाच्या ऐवजी चार माणसांचा पास – खांद्यावरून जायचा नव्हे – तिला कसाबसा पुरेसा ठरला असता. तिचं नाव जगदंबा होतं, लहानपणी बोबड्या बोलणाऱ्या बंडूने त्याचा अपभ्रंश दंगू असा केला होता. पुढे तोच रूढ झाला होता. आत्या बिचारी विधवा होती. तिच्या एकाकी जीवनातले काही क्षण सुसह्य करता यावेत या हेतूने बंडूने तिचा दरवाजा ठोठावला. पण बंडू सत्कृत्य करतोय हे दैवास पाहवेना. आत्या बाहेर गेली असून, लवकर येण्याची चिन्हे नाहीत असे तिच्या मोलकरणीने सांगितले. म्हणून बंडू परत फिरला.

तेवढ्यात "रामराम साहेब!" असे म्हणत त्या बिल्डिंगचा रखवालदार बंडूला आडवा आला. हा कसले पोस्त मागतोय या विचाराने बंडू घाबरला; पण त्या रखवालदाराचा हेतू काहीसा निराळाच होता. "साहेब, सायराबानूवर पैसे लावा, तीनच्या रेसला लई पैसा हुन जाएल!" आता बंडू विचारात पडला. गेले कित्येक दिवस त्याने आकडा लावलेला नव्हता. कारण श्यामाच्या मते आकडा, मटका या गोष्टी स्टेटस्च्या नव्हत्या; पण रेसचं तसं थोडंच आहे. तो तर राजे-महाराजांचा खेळ, तो आपल्या स्टेटस्च्या फार वरचा नि त्यात फार पैसा जातो म्हणून तर तो लग्नापूर्वी मटक्याकडे वळला होता; पण जसाजसा बायकोच्या माहेरचा व कादंबऱ्यांचा पैसा हाताशी येऊ लागला, तो परत रेसकडे वळला होता. पण श्यामाला रेसचेसुद्धा

वावडे होते. त्यामुळे त्याच्या तनख्यावर गदा आली होती. त्यामुळेच त्या रखवालदाराने सायराबानूच्या दिलेल्या टीपने तो द्विधा मन:स्थितीत सापडला होता.

त्याचा हा प्रश्न आपोआपच सुटला. त्याच्या खिशात आठ आणे शिल्लक होते. एवढ्या पैशात तो रेसकोर्सपर्यंत पोचूच शकत नव्हता. पायी जाणे अर्थातच त्याला पसंत नव्हते. आता द्विधा मन:स्थितीतून बाहेर पडल्यावर त्याच्यापुढे अशा परिस्थितीत करण्याजोगा एकच मार्ग उरला होता, तो म्हणजे स्वत:च्याच घरी परत जाणे.

त्याने घरी येऊन दार उघडले. दारातच टपाल पडलेले होते. श्यामाचे हस्ताक्षर ओळखायला त्याला वेळ लागला नाही. पत्रात विशेष काही नव्हते, श्यामाने व्हिक्टोरिया २०३ पाहिला होता आणि त्यातली सायराबानूची भूमिका तिला आवडली होती. याचाच अर्थ दोन वाजताची रेस सायराबानू जिंकणार होती. मागे एकदा असाच तो सारसबागेतून बाहेर पडला होता. समोरून एक ट्रक खडखडत गेला, त्या ट्रकच्या मागे 'सत्याचा वाली परमेश्वर' असे लिहिले होते आणि त्याच्या नंबरातही शेवटी सात होता. त्या सर्व आकड्याची बेरीजही सात होत होती. त्याने त्या दिवशी सत्यावर रुपया फिरवला होता नि त्याला घबाड प्राप्त झाले होते. फरक एवढाच की तेव्हा तो अविवाहित होता नि त्याच्याकडे फिरवायला रुपया होता.

एवढ्यात दारात पोस्टमन आला. बरं झालं भेटलात साहेब, एम.ओ. आहे! त्याला त्या पोस्टमनला मिठी माराविशी वाटली. आपण कुत्रा आहोत नि मागे पीतांबर नेसलेला पोस्टमन संत नामदेव होऊन तुपाची एम.ओ. घेऊन पळतोय असं त्याला वाटलं. पण ते कुत्र येडं पळालं होतं, बंडूनं ती एम.ओ. घेतली. चक्क शंभर रुपयांची होती. त्याने पोस्टमन जाताच दार लावलं नि दिवाणखान्यातल्या गालीच्यावर दोन-तीन कोलांट्या मारल्या नि मग कूपन वाचायला घेतले. 'प्रिय बंडू, पत्र लिहून झालं, मग आठवलं; आपल्या छबकड्याचा परवा वाढदिवस. तरी त्याच्या अकाऊंटमध्ये हे शंभर रुपये जमा करणे. तुझीच लाडकी श्यामा.' आता पुन्हा त्याची मन:स्थिती द्विधा झाली होती.

सायराबानू शंभर टक्के पहिली यायलाच हवी होती. कारण तसा शकुन झालेला होता. शंभर रुपये हातात होते. ते बंडूच्या मुलाचे. पिंकूचे होते; पण त्याला ५०% भागीदारी द्यायची बंडूने उदार मनाने तयारी दाखविली होती. तेव्हा तोही प्रश्न नव्हता. पैसे आल्यावर त्यातून पिंकूचे रुपये १००/- फक्त अधिक फायद्यातील ५०% एवढे तो त्याच्या अकाऊंटमध्ये जमा करणार होता म्हणजे त्यात पिंकूचा फायदाच होता. बँक जास्तीत जास्त ६% देणार होती. तेसुद्धा वर्षानंतर. पण? जर सायराबानू हरली तर? पण तसं असतं तर पत्रात श्यामाने तिचा उल्लेख केला नसताच, दरवानाने तशी टीपही दिली नसती व वटवटचा अंक उघडल्याबरोबर

सायराबानूचा संपूर्ण पानभर पसरलेला फोटोही दिसला नसता. तो उठला. त्याने फोटो पालथा टाकला. मग जोराने श्वास घेऊन टेबलाकडे बघितले. तिथे कोणीच नव्हते. तो आधी घाईने रेसकोर्सकडे निघाला.

त्या दिवशी सुमारे ४ वाजता खाली मान घालून खाटीकखान्याकडे जड पावलाने जाणाऱ्या गुरासारखा एक माणूस जाताना तुम्ही कदाचित पाहिला असेल. तो अधूनमधून डोक्यावर हात मारून घेत होता म्हणे. तोच आपला बंडू लहाने, त्याने फोन करून रजा घेतली नि तो हॉटेल वैशालीकडे गेला. वैशालीत जाऊन एक कडक कॉफी आणि विल्स प्यावी एवढाच विचार त्याच्या डोक्यात होता आणि पोपटाचा फक्त डोळाच दिसत असणाऱ्या पार्थाच्या निश्चयाने तो वैशालीची वाटचाल करत होता. अखेर तो वैशालीस पोचला तेव्हा राम घाणेकर तिथे कसला तरी हिशेब करीत बसलेल्या स्थितीत त्याला सापडला.

"काय रे? काय चाललंय?"

"लठ्ठ काकांच्या शर्यतीचा अभ्यास." बंडूच्या चेहेऱ्यावरचे आश्चर्याचे भाव बघून त्याने बंडूला सगळ्या गोष्टी नीट समजावून दिल्या.

मागच्या वर्षी नाताळच्या सुट्टीत ढोल्या ढालेच्या डोक्यातून ही सुपीक कल्पना निघाली होती. वैशालीच्या ग्रुपमध्ये बऱ्याच जणांचे काका लठ्ठ होते. या सर्व काकांत एक काका सर्वांत जास्त लठ्ठ असणार होता. या काकांच्या नावाच्या चिठ्ठ्या टाकायच्या. काका म्हणजे वडिलांचा भाऊच असे नाही, तर मावशी वा आत्याचा नवरा असेही त्याने सांगितले होते. मग मामा का नको अशी शंका घारूच्या टाळक्यात आली. कारण त्याचा मामा तसा बिल्डर होता; पण मामाबरोबर स्त्रीलिंगी नातेवाईकांचा त्यात समावेश करण्यात आला नव्हता. चिठ्ठ्या उचलून झाल्या की सर्वांत लठ्ठ नातेवाईकाची चिठ्ठी ज्याला येईल त्याला जमा झालेला पैसा आणि ज्याचा काका लठ्ठ ठरेल त्यास ५० रुपये द्यायचे ठरले होते. एन्ट्रन्स फी? ती दरवर्षी ३१ डिसेंबर साजरा करण्यासाठी प्रत्येक जण जे पैसे देतो त्यातूनच घेतली होती, याच एक जानेवारीस स्पर्धेचा निकाल होता. बंडू आनंदला. "माझी आत्या! माझी आत्या!" असे प्रेमाने म्हणायला लागला; पण रामने 'स्त्रीलिंगी नातेवाईक नकोत' ही अट लक्षात आणून दिल्यावर त्याचा चेहरा पडला.

अशा मन:स्थितीत बंडू 'बाटली'च्या ऑफिसात परत आला होता. त्याच्या नजरेसमोर सर्वत्र अंधार! अंधार! दिसत होता. त्यात चिमखडे बोल, पुराणातले राक्षस याच्या गोष्टी त्याला लिहायच्या होत्या आणि त्याने ऑफिसात पाऊल टाकताच सत्यवान सरमळकरांनी 'बंडू! तुझा बेत काय आहे!' असे त्याला विचारले होते. इथेच आपल्या या गोष्टीची सुरुवात झाली. या प्रश्नाला आपला पडलेला चेहेरा आणखी चेहेरा पाडून नुस्तीच मान हलविली होती आणि पुढच्या प्रश्नाला

रात्री जेवायची भ्रांत आहे, असे त्याच्या मनात आले होते.

"सौ. लहाने कुठेतरी गावी गेल्यात म्हणे?" बॉसने विचारले.

"हो!"

"बरंच झालं! तुला उल्हास फाल्गुने नावाच्या मुंबईच्या लेखकाला घेऊन जेवायला जायला हवे! खरं म्हणजे लेखकाला लाडावणे बरे नाही; पण फाल्गुने एका मंत्र्याचे नातेवाईक आहेत, शिवाय सरकारी कमिट्यांवर तर आहेतच; पण आकाशवाणी व टी.व्ही. वरसुद्धा त्यांच्या ओळखी आहेत. त्यामुळे या कागदटंचाईच्या काळात मुंबईत वट असलेला माणूस हाताशी असलेला 'बाटली'च्या दृष्टीने बरं!"

बंडू तसा कर्तव्यदक्ष माणूस होता शिवाय खर्च 'बाटली'चाच होता. दुसऱ्या कुणी फाल्गुनेला गाठायच्या आत आपण त्याला गटवायला हवा असे त्याने बोलून दाखवले. बॉसनी मान डोलावली. "खरं म्हणजे बंडू, मीच त्यांना ब्लू डायमंडला नेणार होतो; पण मला आणखी एक आयडिया सुचलीय. त्याला श्यामा शिरवळकरांच्या कादंबऱ्या व लिखाण फार आवडते. त्याला त्यांची सही हवीय! शिवाय..."

"मी गेल्यामुळे हे काम, म्हणजे तो लवकर गटेल असं तुम्हाला वाटतंय, असंच ना!" बंडूने विचारले. सत्यवान सरमळकरांनी त्याच्याकडे प्रथमच अभिमानाने पाहिले आणि त्यांनी फाल्गुनेला फोन करून आपण आजारी असल्यामुळे बंडू लहाने – श्यामा शिरवळकरांचे पती – आपल्याला भेटायला येतील असे सांगितले आणि त्यांनी बंडूकडे वळून त्याला एक शंभराची नोट दिली. फाल्गुने दारूच्या थेंबाला सुद्धा स्पर्श करीत नाहीत, हे ऐकून मात्र बंडूला फारच वाईट वाटले.

एकंदरीने फाल्गुन्याबरोबर एक संध्याकाळ घालवायची या कल्पनेने बंडूला अत्युच्च प्रकारचा आनंद होणार होता असं मुळीच नाही. उलट त्याच्या आत्म्याला आता फारच वेदना होऊ लागल्या होत्या. उलट दैव त्याची क्रूर चेष्टा करीत होते. सायराबानूच्या रूपाने एका फटक्यात दैवाने त्याच्या १०० रुपयांवर कुऱ्हाड कोसळली होती आणि आता त्याच्या खिशात शंभराची भारदस्त नोट होती; जिचा त्याला काहीच उपयोग नव्हता. त्याला एकच क्षण असा मोह झाला, की फाल्गुन्याला फाल्गुन करत बसवावा नि ते पैसे नेऊन बँकेत भरावेत. पण मग त्याची 'बाटली' सुटली असती आणि श्यामाने मग त्याची बोटी... बोटी... त्याने हे निराशाजनक विचार मनातून दूर केले आणि रात्री ८ वाजता तो ब्लू डायमंडच्या भोजनगृहात हजर झाला.

बंडूला तिथे फार काळ वाट पाहावी लागली नाही. थोड्याच वेळात उल्हासराव फाल्गुन्यांचे तिथे आगमन झाले. आगमन झाले म्हणण्यापेक्षा 'नभ मेघांनी आक्रमिले' या चालीवर त्या हॉटेलची भूमी नमवत नमवत, इंच इंच पादाक्रांत करीत फाल्गुन्यांच्या प्रत्येक पावलाबरोबर धप्प धप्प असा आवाज येत होता. आहा! काय सुरेख देखावा

होता तो! पण बंडूने कपाळावर हात मारून घेतला. अरेरे! हा इसम आपला काका का नसावा या विचाराने त्याला फार खेद होत होता. या माणसाच्या शब्दकोशात 'डायेटिंग' हा शब्द नसावा की लहानपणापासून याने फक्त वातूळ पदार्थांशिवाय दुसरे खाद्य खाल्लेच नसावे. या इसमास जर सुवर्णतुलेस उभे केले असते, तर टाटा-बिर्ला सहजच थकले असते. त्याच्या शरीरात जागोजाग पन्हळी खोवल्या असत्या तर रबराच्या झाडाखाली रबराचा चीक गोळा होतो तशी दोन-चार पिंपे चरबी सहज गोळा झाली असती. वैशालीतल्या कुठल्याही दोन माणसांच्या काकांना एकत्र बांधले असते तरी या इसमापुढे ते बारीकच वाटले असते. असा हा मानवी स्वरूपातील हत्ती डुलत झुलत वेटरला विचारत रिझर्व्ह केलेल्या टेबलाजवळ आला आणि त्याने बंडूशी ओळख करून घेतली.

त्याचे पहिले वाक्य 'हा माझ्या आयुष्यातला सुवर्णक्षण आहे!' हे होते. नंतर त्याने श्यामा शिरवळकरची चौकशी केली, त्यावर तिच्या नव्या कादंबरीची तिची सही असलेली एक प्रत भेट द्यायचे बंडूने त्याला आश्वासन दिले. त्या पुढच्या वाक्याने बंडूचा ऑलडाऊन ४२ पेक्षाही सरस धुव्वा उडाला. त्या वाक्यात बंडू गारद झाला. "हे पहा लहाने, आज बिल मी देणार आहे. मी तुम्हाला बिल देऊ देणार नाही, आधीच सांगून ठेवतो!" अख्खं हॉटेल त्याच्या भोवती गर्रऽकन् फिरलं. कोयना भूकंपात त्याचे घर हादरले होते तसंच काहीसं झालं असावं. तो कसाबसा "थँक्स!" म्हणाला.

पाश्चात्त्य पद्धतीचं ते जेवण संपत आलं. सूप आणि अखेर स्वीट डिश. उल्हासराव घामाने थबथबले होते. त्यांनी कोटाच्या खिशातून रुमाल काढला. त्या रुमालाबरोबरच एक फोटो उडाला आणि तो बंडूच्या आईस्क्रीममध्ये बिस्किट खुपसतात तसा खुपसला गेला. बंडूने तो उचलला. त्यावरचे आईस्क्रीम झटकले आणि त्याला आणिक एक कोयनेचा धक्का बसला. असेच आश्चर्याचे धक्के बसत राहिले तर आपण हार्टफेलने मरू. मग काळ्या चौकटीत बातमी येईल, वगैरे विचार त्याच्या मनात चमकून गेले तो फोटो चक्क दंगूआत्याचा होता. ती आपल्या आईस्क्रीममध्ये पडली असती तर? हा प्रश्न धुलीकरणासारखा झटकून त्याने "उल्हासराव! आमच्या आत्याबाईंना ओळखता वाटतं तुम्ही?" असा प्रश्न उल्हासरावांना केला.

"आत्या? कोण आत्या? कुणाची आत्या?"

"माझी आत्या!"

"ही स्वर्गीय सुंदरी तुमची आत्या आहे?" भरून आलेल्या आवाजात उल्हासरावांनी विचारले.

"होय! सख्खी आत्या."

“कमाल आहे!”

“मीसुद्धा हेच उद्‌गार काढणार होतो. तिचा फोटो तुमच्याकडे कसा?” उल्हासराव चक्क लाजले. राणीच्या बागेतला हिप्पो लाजल्यावर कसा दिसत असेल, हा बंडूचा लहानपणापासूनचा प्रश्न आज अनपेक्षितपणे सुटला होता. हिप्पो प्रणय पाण्यात करतात म्हणे. या माणसाला मुंबईचा समुद्र पुरेल की नाही शंका होती; पण त्याची ही विचारशृंखला हिप्पोच्या – सॉरी! उल्हासरावांच्या पुढच्या वाक्याने तुटली. त्याचे हृदयही बंद पडले. पण तो धक्का इतका जबरदस्त होता, की ते बंद पडलेले हृदय पुन्हा चालूही झाले.

“लहाने, मी तुम्हाला एक गोष्ट सांगू का? कुठं बोलणार नाही ना? मुंबईहून दोन सिटांचे रिझर्व्हेशन करून मी या बाईशी लग्न करायला म्हणून पुण्यात आलोय!”

या वाक्यानंतर काय घडलं ते आपण पाहिलंच. बंडूने कटलेटएवढी आइस्क्रीम स्लॅब गपकन गिळली. “अरे! काय माणूस आहे यार, मगरीच्या पायात तोंड- नाही तोंडात पाय अडकलेल्या हत्तीच्या मदतीला परमेश्वर धावावा तसा हा इसम आपल्याला केवळ मदत करण्यासाठी तर पृथ्वीवर अवतार घेता झाला नाही ना? आत्या नाही तर नाही तिचा मिशा नसलेला नवरा तर काकाच्या व्याख्येत बसत होता. हा आपला हुकमी एक्का. फिट्ट तिकडम्!

“तुम्ही जमवलंत केव्हा?”

“तेच तर सांगतोय, आमचं फिफ्टी पर्सेंटवालं प्रेम!” बंडू धाडकन आपटला, मनातल्या मनातच, तरीसुद्धा बूड शेकलंच.

“मी तिला खूप धीर करूनही मागणी घालायचा धीर होत नाही, जन्मात मी मुंबईच्या बाहेर कधी पाऊल टाकलं नाही. ते हिच्यासाठी तीनदा इथे आलो. आमची ओळख मुंबईची.”

“त्यात काय, सरळ विचारायचं!”

“आपल्याला ते जमत नाही, म्हणून तर!”

“तुम्ही कधी पिऊन विचारलंत?”

“मी जास्तीत जास्त कोकाकोला पितो!”

“तरीच! रॉकेट, डबल घोडा, रम, ब्रँडी, व्हिस्की नाही तर नाही निदान बीअर तरी प्या, बघाच मग. अरे एकच काय एकदम अशा दहा बायांना मागणी घालाल!” बंडू अधिकारवाणीने बोलला, “कोक कसला पिताय?”

बंडूने वेटरला खूण केली.

“नको हो! माझ्या मेलेल्या आईच्या आत्म्याला काय वाटेल? मी तिला कधीही दारू पिणार नाही असे म्हणालो होतो!”

“डोंट वरी, उल्हासराव! आपण तिला प्लँचेटवर बोलावून सर्व परिस्थितीची कल्पना देऊ! आपल्या कार्याचे गांभीर्यही पटवू शकू! पण कनेक्शन मिळायला वेळ लागेल. ही लाल फीत उडवून आपण या शुभकार्याला आत्ताच सुरुवात करूया! इथे आपण हे पृथ्वीवरील अमृत प्यायलो की तुम्ही आत्याकडे चला नि मग बघा. कशी वीरश्री प्राप्त होईल ती. वीर बाजीप्रभूचा दांडपट्टा फिरला नसेल अशा वेगाने तुमची जीभ फिरू लागेल. वेटर!”

नंतर सुमारे पाऊण तासाने उल्हासराव फाल्गुने बंडू लहानेला म्हणाले, “बंडू, तुझ्यासारखे जाने जिगर दोस्त आहेत म्हणून तर आम्ही जगतो!”

“हो ना! दोस्त वही होता है जो मौकेपे धोखा देता है।”

“तेरी दोस्ती मेरा प्यार, तेरी दोस्ती मेरा प्यार, न न ना न न नाना नाना नाना!” उल्हासरावांनी तान मारली. मग मध्येच दोघांनी ‘बाटली’ सोडून बाकीची मासिके किती भिकार आहेत, त्यामुळे मुलांची बौद्धिक पातळी खाली जाते असा एकसुराने व एकदिलाने काढलेला निष्कर्ष एकमेकांस सांगितला आणि बाटलीशिवाय जीवनात मजा नाही म्हणत आणखी एक एक पेग मारला. मग दोघांनी मिळून करुण टिकेकर नावाच्या टीकाकाराला खूप शिव्या घातल्या. कारण त्याने उल्हासरावांनी लिहिलेल्या ‘औडक चौडक दामाडू’ या बालनाट्यावर खूप टीका केली होती. शेवटी तर “कुठाय तो टिक्या! त्याचा टिक्व्टेंटी करून टाकतो!” असे म्हणत ते नाशिकला जायला निघाले. करुण टिकेकर नाशिकचा होता. तेवढ्यात बंडूला आठवण झाली. “आधी लगीन उल्हासरावाचं!” त्याने त्यांना तशी जाणीव दिली. बिल जवळ जवळ शंभराला पोचलं होतं. उल्हासरावांना आता कशाचाच होश उरला नव्हता. ते स्वर्गाच्या पऱ्या पाहात मदहोशीत गुंग होते. मधूनच ‘जगदंब! जगदंब’ असेही म्हणत होते. बंडूने जड अंत:करणाने सत्यवान सरमळकरांनी दिलेली शंभराची नोट वेटरला दिली आणि मग दोन रिक्षा करून दोघे आत्याच्या घराकडे निघाले.

दंगूआत्या बहुधा आपल्या मैत्रिणीकडेच राहिली असावी. कारण ज्यावेळेस बंडूची रिक्षा आत्याच्या दारात आली तेव्हा पहिले दृश्य त्याच्या नजरेस पडले ते म्हणजे घरकामाच्या बाई उल्हासरावांकडे घाबरून पहात होत्या नि उल्हासराव जोरजोरात हातवारे करून बोलत होते. त्यांच्या बोलण्याचा मथितार्थ असा- “जगातली कोणतीही शक्ती दंबेला माझ्यापासून हिरावून घेऊ शकत नाही. कुठाय ती सटवी? पळून गेली म्हणजे काय?” आणि या वाक्यावर जोर यावा म्हणून वाकलेला तो मानवी पर्वत मुळासकट उन्मळून धरतीवर आडवा झाला. या वेळपर्यंत आपले पैसे मिळाले नाहीत म्हणून तक्रार करून रिक्षावाला एका पोलिसाला घेऊन तिथे आला आणि त्याच रिक्षात बसून उल्हासराव फाल्गुने पोलीस कस्टडीत पोचले. त्यांच्याकडे दोन रुपयेवाले प्यायचे लायसेन्सही नव्हते.

दुसऱ्या दिवशी, दारू पिऊन सार्वजनिक शांततेचा भंग, खासगी मालमत्तेत अनधिकृत प्रवेश आदी आरोपांवरून मॅजिस्ट्रेटने त्यांना पंधरा दिवसांसाठी आत बसवले. ही केस इतकी झटपट निकालात निघाली, या धक्क्याने कोर्ट रजेवर गेले. तरीही उल्हासरावांची उतरली नव्हती. ते अजूनही करुण टिकेकरने 'दंबे'ला पळवली असेच म्हणत होते.

तिसऱ्या दिवशी सकाळी, आपले नशीब असेच पलटी मारत राहिले तर आपले सर्व केस गळून तरी जातील, पिकतील तरी किंवा पिकून गळतील असा विचार करून थकलेला बंडू आत्याकडे पोचला.

"बाई! आमच्या आत्याबाई परतल्या काय?"

"त्या बाहेर गेल्यात, त्यांच्याबरोबर मिस्टरपण आहेत!"

"मिस्टर?"

"हो, तेवढ्यासाठीच तर त्या नागपूरला गेल्या होत्या; पण त्यांनी बातमी गुप्त ठेवायला सांगितली होती!"

बंड्याभोवती गेल्या दोन दिवसांत जग इतक्या वेळा फिरलं होतं की आता तोच स्वत:भोवती फिरला. "ते कसे दिसतात?" त्याने स्वैपाकीणबाईंना विचारले. बाईंनी त्याला दिवाणखान्यात नेले. बंडूने तो फोटो बघितला. त्याला हर्षवायू व्हायचाच बाकी राहिला. या मानवी हिमालयापुढे उल्हास फाल्गुने केवळ क:पदार्थ होता. बंडूने तो फोटो उचलला नि तो धावत सुटला. मुदत संपायच्या आत त्याला आपल्या या नव्या काकाला स्पर्धेत सामील करायचे होते. पळणाऱ्या बंडूकडे स्वैंपाकीणबाई आऽ वासून पहातच राहिल्या. नव्या काकामुळे बंडूच्या सर्व काळज्या मिटल्या होत्या. त्याला हवे तेवढे कर्ज मिळणार होते. या खुशीत फोटो उराशी कवटाळून गाणे म्हणत भर लक्ष्मी रोडवरून बंडू पळत होता आणि पळता पळता आत्याचे आभारही मानत होता.

◆

दि ग्रेट ग्रेट दिनू

"**आ**ताच्या आता जातो नि तुझं काम करून टाकतो. तू काळजी करू नकोस!''

"मग इथे थांबलास कशाला? जा!''

"तुझं काम झालंच!''

"थँक्स! पण आता जा!''

"आता माझं थोडं काम कर!''

"सॉरी! माझ्याजवळ एक पैसा ही नाही!''

"तुझ्याच भल्यासाठी, तुझ्याच कामासाठी मागतोय!''

"तू मगाशीच म्हणालास ना, माझं काम झालं म्हणून!''

"ती आपली एक बोलायची पद्धत!''

"मग आमचीपण ही पैसे नाकारायची पद्धत!''

"गरिबाची चेष्टा नको करूस!''

"तू गरीब! लेका अख्ख्या जगाला टांग लावून परत तू गरीब!''

"काय टांग लावली?''

"तुझा ड्रेस बघ, मी मागे एकदा कॉलेजच्या संमेलनात टाय लावला होता, तू कायम फुल सुटात हिंडतोस!''

"सूट माझा नाही, देशपांडेचा आहे. टाय तर तुझ्याकडूनच घेतलाय!''

"शूज? देवळातले?''

"माझेच, म्हणजे धाकट्या भावाचे!''

"मग मी हेच म्हणतोय!''

"म्हणजे मी गरीब आहे तुला मान्य आहे!'' दिन्या दात विचकत म्हणाला.

दिन्या ही एक थोर असामी! त्या अत्युच्च निर्लज्जपदी आपल्यासारख्या पामराने पोचायचे म्हटले, तर अक्षरश: सात जन्म घ्यावे लागतील; पण दिन्याला हे जन्मत:च जमत होते. तो सहज बोलता बोलता फेकायचा. बरं तुम्ही-आम्ही थाप

मारली की सहजगत्या ती उघडी पडते. दिन्याची थाप चपखल फिट्ट ठरायची. गोवामुक्ती संग्रामाच्या वेळेला दिनेश कुलकर्णी यांच्या हस्ते जनतेस भाकऱ्या आणि ब्लँकेटे वाटली गेली होती. पेपरात बातमी छापून आली होती. नंतर दिन्या नि त्याचे स्वयंसेवक मुक्तिसंग्रामात भाग घ्यायला जायचे होते. रेल्वे प्लॅटफॉर्मवर हारतुरे घालून घेताना दिन्याचे जागोजाग फोटो छापून आले.

मी पेपर वाचत बसलो होतो. दिन्याचा फोटो बघितला. मनातून वाईट वाटले. म्हणजे काय की त्या काळात पटापट माणसे मरायची नाहीत. आजकाल SRP च्या राज्यात नि पोलिसांच्या गोळीबारात माणूस डायरेक्ट रामच म्हणतो. त्यालाही बरे वाटते. कुठे रॉकेलची रांग नाही, रेशनची रांग नाही, कल्पवृक्षाखाली बसले नि जेवण म्हटले की जेवण तयार, तोंडात घास जावो म्हटले की तोंडात घास गेला. शिवाय परमिटवर अमृताची आणि सोमरसाची सोय असायला हरकत नव्हती; पण पोर्तुगीज सोजिरांचे तसे नव्हते. कॅसलरॉक ओलांडून पुढे गेले, की एक बोगदा होता तिथे ही मंडळी रंपस लाठीमार तरी करीत किंवा कमरेखाली गोळीबार करीत आणि मंडळी चक्क जखमी होत. बरं जखमी वगैरे झालेल्या मंडळींना तुरुंगावासात वगैरे न टाकता हे सरळ भारतीय हद्दीत आणून टाकत. आता विचार करण्यासारखी गोष्ट आहे, की धडधाकट असलेला दिन्या सगळे जग आपल्याच बापाचे समजून उसनवारी करत हिंडत होता. तो गोळी लागून मेला असता किंवा आग्वादच्या किल्ल्यात त्याला बंदिस्त केला असता तर एक शर्ट, एक पँट किंवा कोटावर निभावले. 'ईश्वर मृतात्म्यास शांती देवो' म्हणून आम्ही मोकळे झालो असतो; पण असंख्य चांगली माणसे त्या मुक्तिसंग्रामात हुतात्मा बनली आणि हा मात्र कुठेतरी गोळीचे वारे लागताच त्याचे भांडवल करून पैसे मिळवायला मोकळा. म्हणजे परत आमच्या चपला-रेनकोटांची गॅरंटी नाही ती नाहीच.

कारण मी असा सिनेमाच्या जाहिराती वाचून सकाळ खाली ठेवला नि हे विद्वान हजर. मी आ वासला. माणूस अगदी हुबेहूब दिन्याच. केस, तेच कपडे माझेच – पण तो दिन्या असणे शक्य नव्हते. बातमी, तीसुद्धा पहिल्या पानावर, सफोटो वर्णन. "झापड मिटा!" हे वाक्य ती व्यक्ती बोलताच हा भास नसून हा दिन्याच याची मला खात्री पटली. "तू?"

"इथं कसा? हेच मला विचारणार होतास ना?"

"विचारणार होतो; पण नंतर लक्षात आलं! पण माझ्याकडे एक दिडकीसुद्धा शिल्लक नाही!"

"इथं कुणाला दिडक्या हव्यात? हे घे! मागचा सगळा हिशेब पुरा करून टाक!" दिन्याने माझ्या अंगावर शंभराच्या दोन नोटा फेकल्या. मला हे स्वप्न पडत असावे असे वाटू लागले; पण मी सकाळी उठलो होतो, चहा करताना बोट भाजलं

होतं, दाढी करायसाठी सगळी तयारी झाली होती!

"तुला नको झाल्या असतील तर दे परत!" दिन्याचे नोटा परत उचलायची तयारी दाखवली. मी झडप मारून त्या दोन्ही नोटा खिशात घातल्या. दिन्याने पैसे परत केल्याच्या जगाच्या इतिहासात हाताच्या बोटावर – एका माणसाच्या एका हाताच्या बोटावर मोजता येतील अशा ज्या घटना आहेत, त्यातली ही एक. आता मात्र तो इथं कसा, हा प्रश्न मला पडणे साहजिकच होते. मी त्याप्रमाणे त्याला विचारले,

"वत्सा! तू अज्ञ आहेस. ॲम फ्लाइंग टू बेल्गॉम!"

"तुला पंखबिंख फुटले की शेपूट?" मी त्याचे खांदे चाचपले, "हेच हेच ते! महाराष्ट्रीय वृत्ती म्हणतो ती हीच! लोकांचा हिरमोड करायवा! प्रोत्साहनाचा शब्द काही तुझ्या तोंडून यायचा नाही!"

"तुला कसले प्रोत्साहन आता! आज आमच्यापेक्षा कुणीतरी गबर कूळ भेटलेले दिसतेय! आता एकदा आमचे कपडे परत द्या म्हणजे झालं!"

"कसली क्षुद्र माणसं रे तुम्ही, तिकडे बॉर्डरवर मुडदे पडताहेत नि तुम्हाला इकडे या कपड्यांच्या गोष्टी सुचताहेत! त्याग करायच्या वेळी..."

"दिन्या! मी रिपोर्टर नाही नि इथे कॅमेरे नाहीत. बरं! तू इथे कसा नि तुझ्या खिशात शंभराच्या नोटा कशा?"

"तेच तर सांगत होतो; पण मध्ये मध्ये पचपच करायची तुमची सवय!" एवढ्यात खालून हॉर्न वाजला "हो! आलोच!" असे म्हणून दिन्या पळाला. आणि मला कोड्यात टाकून निघून गेला.

दुसऱ्या दिवशी पेपरात बातमी वाचली. प्रसिद्ध नेते, सत्याग्रहाग्रणी – हे पेपरवालेसुद्धा असे शब्द शोधतात – श्रीयुत दिनेश 'दीनबंधू' कुलकर्णी हे काही अपरिहार्य कारणामुळे सत्याग्रही लोकांबरोबर जाऊ शकले नाहीत. दुपारी त्यांनी सर्किट हाऊसवर ज्येष्ठ नेत्यांशी विचारविनिमय केला व संध्याकाळच्या विमानाने ते बेळगावला रवाना झाले. दिन्या अखेरीस सुधारला होता. पुढे तो मुक्तिसंग्राम थांबला. ती हवा बदलली. दिन्याचा पत्ता नव्हता. आम्ही अधून-मधून त्याचे नाव घ्यायचो; पण एकंदराने त्याचा पत्ता नव्हता हेच खरे. हळूहळू त्याचे नाव आमच्या बोलण्यात येईनासे झाले.

त्या दिवशी कुणीतरी गेलं होतं त्याची कॉलेजला सुट्टी होती. दुपारी मॅटिनी टाकावा असा विचार करत होतो. नुकताच घरून जेवून रूमवर आलो होतो. जेवण झाले होतेच. झोपावे, कशाला मॅटिनीच्या रांगेत जा असा विचार अधून- मधून मनात डोकावत होता. हातातल्या काडीने दातातली बडिशोप आणि मनातला हा विचार या दोन्ही गोष्टी बाहेर काढायचा प्रयत्न चालू होता. दारात सावट आले नि त्या मागोमाग आवाज "या गोष्टींनी तुम्ही डेंटिस्टच्या हातात आपले तोंड देता!"

आकाशवाणी कलियुगात होते; पण त्यासाठी बटण फिरवावे लागते. बरं, माझ्याच दातावर काडी फिरवून प्लँचेट होऊ शकत नाही. त्यासाठी तीन माणसे, ग्लास, अक्षरे काढलेला कॅरमबोर्ड आदी गोष्टींची आवश्यकता असते. म्हणजे हा आत्मा प्लँचेटवरचा नव्हता आणि माझी ही खोली ज्या वाड्यात होती त्या वाड्यात रामाचे देऊळ होतेच पण शिवाय भुतांच्या वस्तीला आवश्यक अशी झाडेझुडपेही नव्हती. तेव्हा हे भूत नव्हते या निष्कर्षाप्रत मी पोचलो. दरम्यानाच्या काळात मी दचकलो होतो. दात कोरायला घेतलेली काडी हातातून सुटून घशात उतरली होती. त्याच सुमारास त्या काडीवर पेटवलेली सिग्रेट हातातून पलंगावर पडली आणि ती काडी धूर कोंडला गेल्यामुळे लागलेल्या ठसक्याने परत बाहेर आली होती. त्या सगळ्याला कारणीभूत असलेला दिन्या पलंगावरची सिग्रेट आपल्या तोंडात खुपसून, दात विचकत माझ्यासमोर कमरेवर एक हात ठेवून, दुसऱ्या हातात माझ्यापुढे पाण्याने भरलेला ग्लास घेऊन उभा होता. मी पाणी प्यायलो, चातकाच्या सॉरी तृषार्त चातकाच्या मुखावर दवबिंदू पिऊन आनंद ओसंडावा तसा आनंद माझ्या चेहऱ्यावर आला; पण या बहिरी ससाण्याला बघताच तो परत गपकन् मावळला, पाणी प्यायलो. "काय रे? असं मला म्हणायचं होतं त्याऐवजी माझ्या घशातून चित्रविचित्र आवाज बाहेर आले.

"तू जिवंत कसा? वारला होतास ना?"

"अरे! आपण गेलो तर पेपरात फोटो झळकेल फोटो! असे तसे मरायला जन्माला आलो नाही आपण?"

"असं का? वा! सध्या नाटकात काम चालू आहे वाटतं?"

"हुडुत!"

"मग मध्यंतरी एकदम अज्ञातवासात गेला होता? कारण हिंदुस्थानतल्या हिंदुस्थानात तुम्ही भूमिगत व्हायचं काही कारण नाही!"

"साला! आपल्या वायटावर लोक असतात. चारित्र्यहननाचा प्रयत्न करतात."

"हे बघा दिन्या! माझ्याजवळ हे असले शब्द वापरू नकोस! चारित्र्यहनन, आणि तुझे? हनन करायला आधी चारित्र्य लागते."

"का? आम्ही तुमचे दोनशे रुपये परत केले होते की!" दिन्या लहान पोर रुसल्यावर गाल फुगवते तसे गाल फुगवून म्हणाला.

"माझे दोनशे रुपये परत केल्याने चारित्र्य परत येत नाही, त्याला ते मुळातच असावे लागते. म्हणून तुला सांगतोय तू आपलं काय घडलं ते सरळ शब्दांत सांगून टाक नि मोकळा हो!"

"पब्लिक सालं आपल्यावर जळतं रे! तरी बरं भडव्यांना तीन-तीन चार-चार ब्लँकेटे दिली. म्हणे मी ब्लँकेटच्या व्यापारात पैसा केला." दिन्याला जर मी

ओळखत नसतो तर मी त्याच्यावर सहजच विश्वास ठेवला असता. त्याचा अभिनय लाजबाब होता; पण मी त्याला खूप लहान असल्यापासून ओळखत होतो. अर्थात, मी लहान असल्यापासून तो माझ्यापेक्षा बराच मोठा असावा.

"आणखी कमाल म्हणजे मी म्हणे ती ब्लँकेटे मोफत वाटली नाहीत तर त्यांच्याकडून ब्लँकेटमागे ५ रुपये घेतले. समजा घेतले असतील! त्यांच्या बापाच्यानं ५ रुपयांत ब्लँकेट मिळणार होते काय?" हा पॉइंट मलाही पटला.

"का रे, इथे कोणी आले होतं का?"

"कशाला?"

"माझी चौकशी करत!"

"हो! पाच-सहा माणसं येऊन गेली. तुझ्याकडे त्यांनी पैसे ठेवायला दिले होते म्हणे."

"पैसे म्हणजे किती. एकापेक्षा जास्त झाले की पैसे. दोन पैशांसाठी रुपया घालवतील; पण चकरा मारतील."

"म्हणजे तुझ्याकडे त्यांनी पैसे ठेवायला दिले होते तर!"

"दॅट्स अ मायनर पॉइंट. इतकी कामं असायची, इतक्या किरकोळ गोष्टींकडे कोण लक्ष देतो. तिथे म्हणजे हा हंगामा, हा येतोय पैसे देतोय, तो येतोय, पैसे नेतोय. शेवटी मी पैसे द्यायचे बंद केले. काय आहे, समज मी तुझ्याकडून शंभर रुपये घेतले आणि देताना सव्वाशे रुपये परत केले, तर वरचे पंचवीस रुपये आणायचे कुठून? ऑ! काय माझ्या खिशातनं द्यायचे? तरी म्हणत होतो पावत्या देतो, स्टँप्स घेऊन या म्हणून. त्याला यांची तयारी नव्हती. पैसे मागताहेत?

"पण स्टँपच्या पावत्या करून तरी तू पैसे परत करणार होतास का?"

"दॅट इज बिसाइड्स द पॉइंट! मुद्दा त्यांनी पावत्या का केल्या नाहीत हा आहे! आता पुन्हा काल हे 'संयुक्त महाराष्ट्राची चळवळ सुरू करायची का' विचारत होते. मी म्हटलं 'सबूर! तवा तापू द्या, मग पोळ्या टाका!' या अज्ञातवासात दिन्याच्या तोंडी इंग्लिश घुसले होते आणि तो जागोजागी ते वापरू लागला होता."

संयुक्त महाराष्ट्राची चळवळ सुरू झाली, त्याच सुमारास निवडणुका आल्या. दिन्या मुरारबाजीच्या आवेशाने सर्वत्र हिंडू लागला. एक जुना फोर्डचा खटारा त्याच्या दिमतीला आला. दिन्या दौऱ्यावर जाऊ लागला. निरनिराळ्या हॉटेलमधे मला आणि त्याच्या इतर मित्रांना खायला घालू लागला. घरी येताना मध्येच 'झालाच पाहिजे' वगैरे म्हणू लागला. एकदा असाच माझ्याकडे आला. आता हा काय फँटास्टिक आयडिया काढतो म्हणून मी त्याच्याकडे बघू लागलो. दिन्याने आजपर्यंत जनतेला असंख्य टोप्या घातल्या. एवढेच कशाला, आता पन्नाशीला आलेल्या दिन्याने परवा परवाच आमच्या गल्लीतल्या सायकलवाल्यावर कसा सूड

उगवला याची हकीकत ऐकलीत म्हणजे दिन्याचा पीळ कळेल.

एक दिवस सकाळी सकाळी उठून दिन्या प्रभात वाचायला सदरहू सायकलच्या दुकानात पोचला. तो अशी गल्लीभरची हॉटेले व दुकाने फिरून सकाळ, केसरी, तरुण भारत वगैरे पुण्यातून निघणारी एकूण एक दैनिके वाचतो आणि मग दिवसभर आपली भाष्ये ऐकवत गावभर हिंडतो. त्या दिवशी तो असंच काहीतरी बोलताच केशवराव त्याला म्हणाले, ''तू लेका जन्मभर सगळ्यांना फसवलंस, आता सरकार जनतेला फसवतंय हे तुझ्या लक्षात यायला लागलं होय रे!'' झालं, दिन्याचं टाळकं फिरलं. न बोलता तो तिथून निघाला. दुसऱ्या दिवशी सकाळी केशवराव दुकान उघडायला जरा आरामातच आले. कारण आधीच ते स्वतःला पेशव्यांचे वारस समजतात. त्यात त्यांचा आज सुट्टीचा दिवस होता. आरामात सिग्रेट ओढत ओढत जायचं, एक फळी उघडी ठेवायची अन् येणाऱ्या जाणाऱ्यांशी गप्पा मारत चहा प्यायचा (अर्थात त्यांच्या पैशाने) आणि सावकाश घरी परतायचे हा त्यांचा बेत. ते दुकानाच्या जसजसे जवळ येऊ लागले तसतसा त्यांच्या कानावर गलका येऊ लागला. ते आणखी जवळ आले तेव्हा ''आले! आले!'' अशा आरोळ्या ऐकू येऊ लागल्या. त्यांना काही कळेना! ते दुकानाजवळ आले, ते ही कसली रांग असावी याचा विचार करतच. शेजारचा वाणी डालडा, रॉकेल, वगैरेंचे वाटप करीत असेल तर घरी बायको खूश होईल या कल्पनेने त्यांनी सिग्रेटचा जोरदार झुरका घेतला. सिग्रेट फेकली नि किल्ल्या काढायला खिशात हात घालत दुकानाच्या दाराकडे बघितले. त्यांच्या टकलावरचा केस न् केस उभा राहिला, त्यांना दरदरून घाम फुटला. अनभिज्ञ माणसाने कोरी मोसंबीची बाटली मारल्यावर त्याला कसं होईल तसं केशवरावांना झालं. ते दुकान भूकंपात हललं डोललं नसेल; पण आता ते त्यांच्या नजरेसमोर स्थिर राहीना. खरं म्हणजे रोज ते बरोबर दुकानापाशी सिग्रेट विझेल या हिशेबानेच निघत. सिग्रेट टाकून किल्ल्या काढायला खिशात हात घालायचा हा त्यांचा कैक वर्षांचा दिनक्रम आणि आज त्यांनी तसेच दाराकडे बघितले आणि त्यांच्या नजरेसमोर तारे चमकले. असे का व्हावे? हा प्रश्न सामान्य माणसाला किंवा जनतेला पडेल. तसं पाहिलं तर सामान्य माणसापुढे अनेक प्रश्न उभे असतात त्यातलाच हा एक. त्यामुळे सामान्य माणसाने इतर अनेक प्रश्नांप्रमाणे या प्रश्नाकडे दुर्लक्ष केले आणि हा प्रश्न बसू दिला तरी विशेष काही बिघडेल असे मला तरी वाटत नाही; पण या प्रश्नाकडे दुर्लक्ष करून आपले भागणार नाही. केशवरावांनी छातीला हात लावताच गर्दीतून त्यांच्याकडे आशेने बघणाऱ्यांपैकी कुणीतरी ओरडला ''त्यांना हार्ट आलं!'' मग 'रिक्षा, रिक्षा' 'डॉक्टर! डॉक्टर!' 'गर्दी करू नका', 'हवा सोडा, वारं लागू देत!' 'बाजूला सरका!' असे म्हणत त्यांच्याभोवती त्या रांगेतल्या माणसांनी कोंडाळं केलं आणि जो तो पुढच्याच्या खांद्यावरून डोकवू

लागला. केशवरावांना अगदी जवळ असलेल्या माणसांनी उभ्या केशवरावांना आडवे केले आणि जो तो वारा घालण्यासाठी दुसऱ्याकडे रुमालाची मागणी करू लागला. तेवढ्यात एक रिक्षा आली आणि कुणीतरी केशवरावांना रिक्षात घातले. रिक्षा सुरू झाल्यावर केशवरावांनी डोळे उघडले "कोण, दिनू तू? देवासारखा की रे धावलास!" असे म्हणत ते नीट बसते झाले.

दिनूने रिक्षा थांबवली. ते दोघे खाली उतरले. केशवरावांनी खिशातून पैसे काढून दिले. "केशवराव, चहा पिऊ म्हणजे तुम्हाला बरे वाटेल" दिन्या म्हणाला. ते समोरच्या हॉटेलमध्ये शिरले. त्या महागड्या हॉटेलमध्ये चहा पिता पिता दिनूने अत्यंत मानभावीपणाने विचारले, काय झाले काय? "कोणीतरी गधड्याने, माझ्या दुकानावर 'येथे उद्या सकाळी ठीक आठ वाजता माणशी दोन किलो डालडा व चार लिटर रॉकेल रेशनकार्डावर मिळेल' असं लिहून ठेवलं आणि पब्लिक असं गाढव, की हे सायकलचं दुकान आहे याचा विचार न करता तिथे रांग लावली. चांगली चारपाचशे माणसं."

"चारपाचशे नसतील दोनएकशे असतील."

"तेच ते. डाल्डा ९ रुपयांनी आणि रॉकेल ७० पैशांनी!"

"केशवराव, आपल्यालापण द्या थोडं!"

"टाळकं फिरलं का काय? भेटू तर दे तो...." इथे त्याच्या कुलशीलाबद्दल त्यांनी असंख्य शंका व्यक्त केल्या. यात त्या लिहिणाऱ्याच्या आई-वडिलांचे लग्न झालेले नसावे किंवा त्याच्या मातोश्रींचा कुठल्यातरी नीच कुळीच्या माणसाशी संबंध असावा. याबरोबरच यासंदर्भात त्यांनी काही प्राण्यांची नावेही घेतली. ते शांत झाल्यावर दिन्या म्हणाला, "मग आता गर्दी कशी हटवणार?"

"तोच तर प्रश्न आहे बाबा!"

मग त्याने तिथूनच पोलिसांना फोन केला आणि नंतर असंख्य चौकशांना तोंड देऊन केशवराव बाहेर पडले ही हकीकत त्यानं मला सांगितली आणि केशवरावांना तूपवाले असं नाव पडल्याचंही सांगितलं. मी खुळ्यासारखं त्याला विचारलं, "मग ते कुणी लिहिलं होतं याचा शोध लागला?"

"कसा लागणार? गर्दीचा फायदा घेऊन मी ते पाठीनं पुसलं होतं!"

"पण का?"

"कारण मीच ते लिहिलं होतं, साला मला चोर म्हणाला."

"आणि त्यांनी शिवीगाळ केली ती गप्प ऐकलीस!"

"त्यानं काय आपल्या अंगाला भोकं पडतील? शिवाय त्यामुळे आता केशवरावांना जरी कळलं तरी ते मला बोलायचे नाहीत. शिवाय शेजारच्या मारवाड्याशी आपली पंचवीस रुपयाची पैज होती, केशवरावांना तूपवाला नाव पाडतो म्हणून."

हे सगळं या वयात, तर ज्या वेळेस तो फॉर्मात होता तेव्हा काय करीत असेल? त्यावेळेस तो सकाळी माझ्याकडे आला तेव्हा त्याचा चेहेरा पडलेला होता.
"विन्या, लेका घोटाळा झाला."

"ते तर मला माहीतच आहे. तुम्ही आणि घोटाळा हे शिव आणि शक्ती किंवा सध्याच्या भाषेत मुंबई आणि महाराष्ट्र यासारखे अतूट आहात."

"भाषणे नकोत, विन्या अरे वेळवखत बघ!"

"साडेतीन वाजताहेत, दिवस आहे, सूर्यनारायणाचा रथ थोड्याच वेळात तबेल्याच्या वाटेला लागेल!"

"माझे आई नको छळू! ऐक!"

"बोल, पैसे सोडून काहीही बोल!"

"मी अत्यंत सिरियस आहे. गेल्या चार दिवस घराबाहेर पडलो नाही. इथंच पडून आहे!" हे बोलत असतानाच त्याने अंगावरचे कपडे काढले आणि माझा नाइट ड्रेस घालून पांघरूण घेऊन तो आडवा झाला.

"माझा पिशवी घे, त्यातली बाटली काढ!"

मी चेहेऱ्यावर आश्चर्य दाखवत पिशवीत हात घातला व आतून एक औषधाची बाटली काढली आणि तिथे ठेवली. तोपर्यंत कुणीतरी माझी चौकशी करत असल्याचा आवाज आला. मी बाहेर गेलो. एक पुढारी गृहस्थ होते ते.

"दिनकरराव आहेत का?"

"कोण दिनकरराव?" मी विचारले.

"तुम्ही विनायकराव जोशी ना? ते तुमचे मित्र आहेत म्हणे!"

तोपर्यंत आतून कण्हण्याचा आवाज आला "कोण आहे?" हे शब्द बहुधा त्याचे शेवटचे शब्द असावेत असा भास होत होता. ते गृहस्थ पुढे झाले. शेवटी ते समाजवादी, त्यात प्रोफेसर! त्यांनी दिन्याच्या तब्येतीची चौकशी केली आणि त्याला काळजी घ्यायला सांगून ते बाहेर आले. मला 'चला!' म्हणाले म्हणून मी त्यांच्या बरोबर खाली उतरलो.

"आता तब्येत बरी आहे ना? बरेच आजारी होते म्हणे?"

"हं!"

"निदान निरोप तरी द्यायचा, म्हणजे गैरसमज टळले असते."

"गैरसमज?"

"हो! यांनी ती गाडी आणली प्रचाराला. ती म्हणे चोरीची होती. मालकाला न सांगताच आणली होती! हे म्हणाले चिठ्ठी ठेवली होती म्हणून. अर्थात भाऊसाहेब मध्ये पडले म्हणा, मिटलं सगळं!"

"बरं झालं!"

"बरं कशानी? आता यांच्या M. A. चं काय होणार?"

दिन्याने मॅट्रिकला तीनदा बसून नाद सोडला होता तेव्हा मी पाचवीत होतो. नंतर तो पुन्हा माझ्याबरोबर बसला नि आम्ही दोघेही नापास झालो. पुढे मी कॉलेज शिक्षण पुरे केले. तो अधूनमधून कॉलेजात यायचा, पण तो S.S.C. पास झाल्याचे सर्टिफिकेट त्याला बोर्डाने कधीच दिले नव्हते. यावर या देशात टॅलेंटची अशी अवहेलना होते म्हणून ब्रेनड्रेन होतो हे त्याचे आवडते वाक्य. त्यामुळे 'दिन्याच्या एमेचं काय होणार?' हे ऐकून मला धक्का बसणं साहजिक होतं. मी नुस्तेच "काय होणार?" असे उद्‌गार काढले.

"इतका बाणेदार माणूस, मी पैसे दिले तर घेत नाही म्हणाला." हे कसं शक्य आहे असं विचारावं असा मनात विचार आला होता; पण प्रोफेसरांच्या चेहेऱ्यावर त्याच्याबद्दल इतका आदरभाव दिसत होता की त्यांना अडविणे मला इष्ट वाटेना.

"तरी शेवटी मी दिलेच, तर माझ्याकडे त्याचा हातात डिग्री घेतलेला, गाऊन घातलेला फोटो घेऊन आला, म्हणाला 'सर! माझे डिग्री सर्टिफिकेट यूपीएससीला दिलंय; पण या फोटोची किंमत त्यापेक्षा जास्त आहे. आमच्या मातोश्रींची शेवटची इच्छा म्हणून हा फोटो काढलाय, तो तुमच्याकडे ठेवतो. ज्या दिवशी ५०० रु. जमा होतील त्या दिवशी मी तुम्हाला परत त्रास द्यायला येईन आणि हा फोटो घेऊन जाईन."

"तुम्ही त्याला पाचशे रुपये दिलेत? आयला! आम्हाला खरी कारणं असतात तरी कोणी देत नाहीत!"

"व्हॉट डू यू मीन? तुमच्यावर त्याने एवढे उपकार करून."

"थांबा प्रोफेसर! इथे काहीतरी गैरसमज होतोय!"

"कसला गैरसमज? मी त्याला हजार रुपयेच देणार होतो; पण तो म्हणाला, 'सर देताय तर पाचशे द्या. विनायक अडचणीत आहे, त्याला साडेतीनशे हवेत. खोलीचं भाडं थकलंय! माझी फी दीडशे रुपये!' मग मी दिले!"

मी प्राध्यापकमहाशयांना प्रणिपात केला. मी आता भयंकर खवळलो होतो. साधारणपणे मी मित्रांना कधीही दगा देत नाही. असंख्य मित्रांच्या आई-बापांनी आमचे चिरंजीव सिग्रेट ओढतात का? दारू पितात का? चोरून सिनेमाला जातात का? या धर्तीचे असंख्य प्रश्न असंख्य तऱ्हेने सावध, बेसावध क्षणी विचारलेले आहेत; पण मी कधी बधलो नाही. या माझ्या रूमवर सात मित्रांनी आपली लग्ने जमवलीत, चोरून भेटीगाठी घेतल्या पण आपण कधीही शब्दाने बोललो नाही. याच दिन्याला असंख्य वेळा मदत केलीय; पण हे मात्र फारच होते. मी भयंकर खवळलो आणि आयुष्यात प्रथमच आश्रयाला आलेल्या मित्राला उघडा पाडला.

"हे पहा मिस्टर प्रोफेसर! यू आर ए ग्रेट फूल!" हा दिन्या मला पैसे देणार – आधी माझे सगळे कपडे वेळोवेळी वापरतो त्याचे पैसे, उसने घेतलेले,

उचललेले, परस्पर रद्दी विकून आलेले पैसे दे म्हणावं. प्रोफेसर, डू यू नो, मी ऑक्टोबरला का बसतोय? या वर्षी १८ मार्चला या चिरंजीवांनी माझ्या सर्व वह्यापुस्तकांना रद्दीचे दुकान दाखवले नि पुन्हा आमच्या डॅडींकडे जाऊन मी वाया गेल्याची बोंबाबोंब केली. बाय द वे! हे समोरून येताहेत ते दिनकररावांचे वडील आणि त्यांच्याबरोबर ज्या बाई चालल्यात त्या कोण हे तुम्हीच त्यांना विचारा!'' प्रोफेसरांना आधी हे खरे वाटेना. शेवटी मीच दिन्याच्या वडिलांना हाक मारली. ''नाना! हे दिनूचे प्रोफेसर! प्रोफेसर हे दिनूचे बाबा नि ही त्याची आई!'' तिघांनी एकमेकांना नमस्कार केला नि दिन्याच्या वडिलांनी त्या प्रोफेसरला विचारले, ''कुठल्या नाईट स्कूलला शिकवता आपण?'' प्रोफेसराचे ब्लडप्रेशर आधीच चढलेले होते. आता त्यांना दमा, मिरगी, फीट, अपस्मार असल्या जाहिरातीच्या डॉक्टरची मदत लागणार असे वाटू लागले. त्यांनी बहुधा मनात पाचपन्नास वेळा दहा अंक मोजले असावेत आणि डोके ताळ्यावर आणले असावे.

''मी कॉलेजात शिकवतो!''

''आय सी! मग दिन्याची कशी काय ओळख. निदान त्याला एस.एस.सी. तरी करा हो! सुटेन मी!'' दिन्याचे वडील कळकळीने बोलले. आता तरी या समाजवादी प्रोफेसराची बत्ती पेटेल असं मला वाटलं; पण छे! उलट तोच त्यांच्याकडे बघून म्हणाला, ''असा मी फसणार नाही, दिनकररावांनी मला सगळं सांगितलंय! ते बाणेदारपणे घराबाहेर पडले म्हणून तुमचा त्यांच्यावर राग आहे. त्यांच्या मातोश्री गेल्या तेव्हा या वयात तुम्ही दुसरे लग्न करताना मागे-पुढे पाहिले नाहीत! त्या चांगल्या पोराबद्दल खोटंनाटं बोलवतं तरी कसं तुम्हाला?''

आता कोसळायची पाळी आमची होती. नंतर माझ्याकडे वळून ते म्हणाले,

''हे सगळं खरं होतं तर त्याच्या समोरच का नाही बोललात; मित्राच्या अपरोक्ष खोटं बोलायला लाज नाही वाटत?'' म्हणून प्रोफेसर वळले नि परत माझ्या खोलीवर गेले. तिथे सिग्रेटचा सुवास दरवळत होता. ''आत्ताच भास्कर येऊन गेला,'' बडिशोप चावणारा दिन्या बोलला. प्रोफेसर दिन्याला रिक्षात घालून घेऊन गेले. त्याबरोबर माझा नाईटड्रेस, चादर नि त्याच्या वस्त्रहरणातले कपडे पण गेले.

नंतर दोन-चार महिन्यांनी सकाळीच प्रोफेसर माझ्याकडे आले.

''अहो, दिन्या कुठाय?''

''का?''

''त्याने माझे पैसे बुडवले, तो खरंच एस.एस.सी. नाही, तुम्ही मला निदान सावध तरी करायचे!''

घ्या! म्हणजे च्यायला आम्ही यांना बोंब मारून सांगत होतो, तर त्यांना पटलं

नव्हतं आणि आता आम्हालाच वर हे! मी खवळून म्हणणार होतो ती फ्रेम विकून पैसे करा म्हणून, पण म्हटलं जाऊद्या! आधीच मास्तर पोळलाय. त्यांची समजूत घालायच्या भरीस मी काही पडलो नाही; पण दिन्या आल्या आल्या त्याला 'ताबडतोब, असशील तस्सा बोलावलाय' हा निरोप सांगायचं कबूल करून मी प्रोफेसरांना कटवले. त्यानंतर प्रोफेसरांनी बरेच खेटे घातले. शेवटी मी दिन्याला सांगितले की ही माझ्या मागची कटकट बंद कर.

"तुला बघायचंय हा प्रोफेसर कसा हातघाईस येतो ते?"

"अरे, पण काय हातघाई करायची ती तुमच्या घरी करा की!"

"माझ्या घरी यायला त्या मास्तरड्याला तोंड कुठाय? आयला प्रत्यक्ष आमच्या मातोश्रींसमोर पिताजींवर दुसऱ्या लग्नाचा आरोप करतो!"

यावर मी दिन्याला शिवीगाळ करणार होतो; पण कंटाळा केला. दुसऱ्या दिवशी दिन्या माझ्या रूमवर थांबला. प्रोफेसर आले, दिन्याने बोलायला सुरुवात केली.

"हे पहा सर, हे काही माझे घर नव्हे. तेव्हा उगीच आवाज चढवून बोलू नका!" अजून त्या बिचाऱ्या मास्तरने तोंडातून शब्दसुद्धा काढला नव्हता, त्या आधीच दिन्या मास्तरची लेव्हल करीत होता. "दुसरे म्हणजे आपल्या इन्कमटॅक्सच्या रिटर्नमध्ये आपण आपल्या व्याख्यानांचे पैसे लावले नव्हतेत. ते मी इन्कमटॅक्स ऑफिसला नि वृत्तपत्रांना कळवायचं ठरवलय!"

"अहो पण मी कुठं काय म्हणतोय? तुमच्या तब्येतीची चौकशी करायला आलो होतो!"

"च्यायला! का खोटं बोलताय? शोभतंय का तुम्हाला हे? चार चकरा मारल्यात! बरं ते पाचशे रुपयांचं काय?"

"कुठं काय, मी म्हणजे.... नाही! म्हणजे काय की–"

"तेच ते! आता देणं-घेणं मिटलं, हा साक्षीला आहे!"

प्रोफेसरनी आवंढा गिळला. त्यानी इकडे-तिकडे बघितले आणि खोलीच्या एका कोपऱ्यात नजर स्थिर केली आणि ते ध्यानस्थ झाले. दिन्याने हातातली सिग्रेट फेकली आणि "बरंय, निघतो! तुमचं चालू द्यात; पण या विषयावर पुन्हा बोलायचं काम नाही!" एवढं बोलून दिन्या पायात चपला सरकावून फुटला आणि फुटलेल्या फुग्यासारखे प्रोफेसर चाचपडत कॉटवर कोसळले. त्यानंतर प्रोफेसरांनी पुन्हा दिन्याचे नाव म्हणून घेतले नाही. त्यानंतर पुन्हा दिन्या काही काळ बेपत्ता होता. मात्र त्याचे उद्योग चालूच होते.

यानंतर आपल्या कथानायकाच्या आयुष्यात महत्त्वाची गोष्ट घडली ती म्हणजे पानशेतचा प्रलय. पानशेतबद्दल पुणेकरांना तरी अधिक सांगायला नकोच. त्या धक्क्यातून पुणे सावरले पण खरा धक्का दिन्याच्या मित्रांना (?) बसला तो

त्यानंतर. या सुमारास मी शिक्षण संपवून नोकरीस लागलो होतो. माझ्या लग्नाबद्दल घरी विचार चालू होते. आणि एक दिवस माझ्या रूमवर एक बाई आल्या. नुकतेच लग्न झालेले असावे. बाई प्रौढ होत्या, नाही असं नाही पण तरी हिरवा चुडा, मिरवणारे मंगळसूत्र यावरून लग्न होऊन जास्त दिवस झाले नसावेत हा आमचा शेरलॉक होम्समय अंदाज खरा ठरला; पण हे कळायला मी शुद्धीवर नव्हतो. कारण–

कारण या साक्षात दिनेशरावीण बाई होत्या. आयला! सटपटलोच. काय झालं, दारावर टकटक झाली. मी दार उघडलं, समोर बाई उभी. मग आमच्या मनात वर सांगितलेला अंदाज आला. तोपर्यंत ही बाई आत आली म्हणून ''बसा'' म्हटलं. ''दिनू कुठाय?'' हा त्या बाईचा पहिला प्रश्न!

''काय कल्पना नाही बुवा!''

''विनायकरावांना हॉस्पिटलमध्ये तर नाही ना ठेवले?''

''मीच विनायकराव! मला काहीही झालेलं नाही! आपण कोण?''

दिन्याच्या व्यवहारात साफसाफ सडेतोड बोललेले फायदेशीर ठरते याचा अनुभव जमेला असल्यानेच ही काहीतरी भानगड आहे हे लक्षात येऊनही मी बोललो. माझ्या प्रश्नाच्या उत्तराने मी जो उडालो तो पार चंद्रावर आपटून परत आलो असावा.

''मी दिनेशची पत्नी. नमस्कार!''

मीही नमस्कार केला. माझ्या चेहेऱ्याकडे बघत दिनूची बायको विचारती झाली–

''का हो, बरं नाही का?''

''इतका वेळ होतं, आता मात्र बरं वाटेनासं झालंय! का हो, पुण्यातल्या सगळ्या विहिरी अजून बुजवलेल्या नाहीत तरी तुम्ही हे काय केलंत?''

''म्हणजे?''

''काही नाही! तुम्ही इथं कशाला आलात?''

''म्हणजे? या खोलीत तुम्ही कसे? ही आमची खोली आहे!''

''कुणी सांगितलं?''

''यांनीच.''

''आणखी हा वाडाही त्यांचाच म्हणून नाही सांगितलं?''

''त्यांचाच वाडा आहे हा!''

''आय सी! आणखी काय काय सांगितलं? सगळं साफ साफ सांगा!''

''पुरात त्यांचा नारायण पेठेतला वाडा वाहून गेला. त्यांची ही अभ्यासाची खोली होती म्हणून बरं! असं म्हणाले.''

''पुढे. कसला अभ्यास?''

“ ‘आजच्या समाजजीवनातील मानवी मूल्यांची पीछेहाट!’ या विषयावर ते थिसीस लिहिताहेत.”

“बोर्डाने थिसिस लिहून S. S. C. व्हायची सोय केली वाटतं?”

“तुम्ही असं काय बोलता? डॉक्टरेटचा थिसिस लिहिताहेत ते!”

“बाई, मी तुला सगळं सांगतो; पण आधी तुझी हकीकत पुरी कर.”

“त्यांचे एक जवळचे मित्र विनायकराव ऐन पुरात टायफॉइडने आजारी होते म्हणून त्यांना या खोलीत ठेवले नि ते दुसरीकडे रहातात. म्हणून लग्न झाल्यावर आमच्याच घरी राहिलो. गेले दोन दिवस ते त्यांची शुश्रुषा करायला इकडेच आलेत; म्हणून मग मी आज इकडे आले.”

“नाऊ लिसन वहिनी! तुम्ही आज मला शिव्या द्याल; पण ते तुम्हाला उद्या कुणीतरी सांगणार आहेच किंवा कळेल असं म्हणा फारतर. पण तुम्ही फसलाय! तुमचं शिक्षण काय झालंय!”

“याच वर्षी M. A. झाले!”

"Oh! My God!" मी कपाळावर हात मारून घेतला.

“कुठे जमले?”

“हे आमच्या सरांकडे येत!”

पुढचं काही न विचारतां मी त्या बाईपुढे दिन्याच्या कंप्लीट आयुष्याचा पाढा वाचला नि विचारले “तुमचं वय किती?”

“अठ्ठावीस! B. A. नंतर चार-पाच वर्षे नोकरी केली मग म्हटलं M. A. करावं!”

“आता?” यावर त्या बाईने काहीही उत्तर दिले नाही. थोड्या वेळाने पाणी पिऊन ती निघून गेली.

नंतर कुणीतरी म्हणाले, सासऱ्याच्या वशिल्याने तो कुठल्यातरी फॉरेन कंपनीत नोकरीस आहे. मध्यंतरी कुणी म्हणाले, त्याने कंपनीत ४०,००० चा फ्रॉड केलाय; त्या नंतर कुणी म्हणाले की त्याची बायको नोकरी करते, हा बसून खातो. त्याच्या फ्रॉडमधल्या पार्टनरने आत्महत्या केल्याने त्याच्यावर सगळे ढकलून हा मोकळा झाला; सासऱ्याने पैसे भरले. एक ना अनेक बातम्या कानावर येत होत्या. मी त्या या कानाने ऐकून त्या कानाने सोडून देत होतो. एक ना एक दिवस दिन्या हे येऊन मला ऐकवेल याची मला खात्री होती; पण माझी नि दिन्याची गाठ पडली ती अत्यंत विचित्र परिस्थितीत. दिन्याचे वडील वारल्याचा निरोप घेऊन त्यांच्या वाड्यातला एक मुलगा आला होता. मी तातडीने कपडे करून तिकडे निघालो. यानंतर झालेला प्रकार फारच सनसनाटी होता. याची हकीकत आमचे एक लेखक मित्र श्री. गुरुनाथ सिंह ऊर्फ जी. एन. सिन्हा यांनी लिहिली होती. आणि ती खाडकन छापूनही आली

होती. अर्थात, त्यांनी गोष्टीत नावे बदलली होती. पण लिहायचे कष्ट टळावेत म्हणून ती गोष्ट मी पुढे जशीच्या तशी देत आहे. साहजिकच जिथे जिथे बाळकू बाळकू लिहिले असेल तिथे तिथे दिनू असे वाचावे, तसेच जिथे जिथे श्री. जी. एन. सिन्हा यांनी मी, मी लिहिले आहे तिथे प्रस्तुत चरित्रकाराचे प्रथमपुरुषी एकवचन 'मी' म्हणजेच विनायकराव, असे समजावे. थोडक्यात म्हणजे पिक्चरमध्ये बघायला गेले असताना असा सीन असतो तशीच ही गोष्टीत गोष्ट आहे. आहे की नाही डायरेक्शनची कमाल. वाचा तर मग!

गुरुनाथ सिंह ऊर्फ जी. एन. सिन्हा यांच्या मूळ बंगाली गोष्टीचा त्यांच्याच सरस लेखणीतून उतरलेला मराठी अनुवाद.

एक म्हातारा मरतो त्याची गोष्ट.

हा गुरुनाथ सिंह इसम. याला एक शब्दसुद्धा बंगाली येत नाही. याचे नाव गुरुनाथ वेडू शिंचे. वेडू हे नाव लावायची लाज वाटते म्हणून जी. एन. व्ही. शिंचे झाले. नंतर कुठेतरी सरकारी कागदपत्रांत नावातला सी गळाला आणि हे सिन्हे झाले. नंतर त्यांची ॲफिडेव्हिट करून ते सिंह किंवा सिन्हा असे करून स्वत:ला पंजाबी किंवा बंगाली करून घेतले. कुठले तेसुद्धा या येड्याला अजून माहीत नाही. कधी बंगाली म्हणवतो तर कधी पंजाबी. एवढे खरे, की या गोष्टीने स्वारीस विनोदी लेखक म्हणून मान्यता वगैरे मिळाली.

तर आता आपण 'एक म्हातारा मेला त्याची गोष्ट' वाचू या! ढँऽ ढँ (खरं सांगू का, ही गोष्ट गुर्न्याला मी सांगितली आणि लेकाच्यानं तशीच्या तशी लिहून पाठवली नि छापून आणली.)

एक म्हातारा मरतो आणि स्वर्गाला जातो :

– गुरुनाथ सिंह

मेल्यावर स्वर्गात गेले तर बरे होईल असे सर्वसामान्य माणसाला मरेपर्यंत वाटत असते. त्याचे देणेकरी म्हणतात, नर्कात गेला तर बरे म्हणून! पण तरी स्वर्गात जायची आशा काही सुटत नाही. स्वर्गात प्यायला अमृत असते. आपल्या बायकोपेक्षा सुंदर सुंदर अप्सरा असतात. त्या अप्सरा किंवा आपल्या वाटणीला जी स्त्री येईल ती– (स्वर्गातली सर्वात ढूस स्त्रीसुद्धा इंग्रजी पिक्चरमधल्या बाईपेक्षा दिसायला चांगलीच असते असे गावात वृद्ध लोक बोलताना आढळतात.) डोक्याला त्रास देत नाही. पेपर वाचत रविवार सकाळी बसलेले असताना ओरडून 'भाजीला जा' असं सांगत नाही, अशी एक समजूत. आता तुम्हीच बघा, स्वर्गातली बायको आपल्या नवऱ्याला कोपऱ्यावर फटालेकडे जाऊन भाजी आणा, या थाटात ''जा कल्पवृक्षाखाली, नि भाजी आणा!'' असं सांगणार नि तुम्ही कल्पवृक्षाच्या दिशने निघणार, हे कसं वाटतं.

स्वर्गात भाजी आणण्यापासून सायकलमध्ये हवा भरण्यापर्यंत सर्व कामे कल्पवृक्षाखाली होत असावीत, असे मला वाटते. कल्पवृक्षाखाली जायचे नि एक किलो बटाटा, अर्धा किलो वांगी, हिंग डबी, गहू (सरबत्ती) तांदूळ (आंबेमोहर) अशी इच्छा केली की पिशव्या तयार. हे स्वयंपाकघरात पोचले तर बरे, म्हटले की पोचले. अर्थात सरळ पोट भरू दे असं म्हटलं की पोट भरेलच; पण वेळ घालवायला हा उद्योग बरा असतो म्हणे. समजा स्वर्गात मी सायकलवर हिंडतोय, आता स्वर्गात इतके आत्मे गेले आहेत की गर्दी नि वाहने अपरिहार्य आहेत. तर काय, की मी सायकल चालवतोय आणि ती पंक्चर झाली किंवा स्कूटरची क्लच केबल तुटली, गाडीतलं पेट्रोल संपलं की आपण कल्पवृक्षाखाली जायचं नि म्हणायचं माझं वाहन नीट सर्व्हिसिंग करून ब्रँड न्यू होऊ देत, की काम झालं. कल्पवृक्षाच्या ब्रँचेस याने शाखा, म्हणजे फांद्या नव्हेत तर शाखा क्रमांक एक, शाखा क्रमांक दोन (आत संचालकाचा विष्णू किंवा इंद्राबरोबरचा फोटो) अशा दूधकेंद्रासारख्या जागोजाग निघाल्या असतील.

हे सगळं सांगायचं कशाला, तर आमचे प. प्रि. मित्र बाळकू याचे प. पू. वडील स्वर्गस्थ, कैलासवासी झाले किंवा वारले. त्यांचा आत्माबित्मा स्वर्गात किंवा नरकात यथायोग्य गेला असेल, नाही असे नाही पण पार्थिव शरीर मात्र पृथ्वीवरच राहिले. ते सदेह स्वर्गात गेले असते, तर ही गोष्ट इथेच संपली असती.

बाळकूच्या वडिलांचे नाव पांडू. त्यामुळे त्यांचे नशीब कसे असेल ते न सांगताच कळावे. त्यांना सगळे पांडूतात्या म्हणत. पांडूतात्यांनी, जसे इतर पांडूतात्या नावाचे गृहस्थ करतात त्याप्रमाण खर्डेघाशी केली. यथावकाशाने ते पेन्शन, ग्रॅच्युइटी घेऊन रिटायर झाले. विड्या फुंकत खोकत खोकत ते निवृत्तीचा काळ ढकलत होते. एक दिवस तो काळ त्यांना घेऊन निजधमास गेला. यात महत्त्वाचे असे काहीच नाही; पण इन द मीन टाइम म्हणजे जन्म ते मृत्यू यादरम्यान त्यांनी दोन गोष्टी केल्या. एक म्हणजे लग्न आणि प्रजानिर्मिती हा राष्ट्रीय उद्योग आणि दुसरी महत्त्वाची गोष्ट म्हणजे फॉरेनला जायचा निश्चय.

बापडा तसा साधासुधा माणूस. शिक्षण फार नाही. अक्कलही फारशी नसावी (इ. मृ. शां. दे.) हे तरुण पिढीचं म्हाताऱ्या पिढीबद्दलचं मत असतं तसं मत नाही. याला पुरावा आहे. बाळकू नेहमी त्यांच्या बर्कले सिग्रेटी (पेन्शन मिळाली की एक आठवडा ते बर्कले ओढीत) व नंतर लाल धागा विड्या पळवीत असे पण त्यांच्या ते कधीच लक्षात आले नाही. ते आपले धूम्रपानाचे प्रमाण वाढले म्हणून हळहळत रहात. त्यांनी आयुष्यात एकमेव इच्छा बाळगली ती परदेशात जायची. पासपोर्ट, व्हिसा या शब्दांना ते सतत कुरवाळत. गोवा स्वतंत्र झाला नि पांडूतात्यापासून फॉरेन लांब गेले. पांडूतात्या खरंच हादरले ते तेव्हा. त्यानंतर त्यांच्या एकमेव

आवडत्या विनोदावर मर्यादा आली. त्यांना फॉरेनला जाऊन तीन गोष्टी करायच्या होत्या. स्मोकिंग, ड्रिंकिंग आणि बायकिंग– या तीनही गोष्टींत किंग असतो असं म्हणून ते हसायचे; पण गोवा भारतात आल्यावर हा विनोद त्यांनी आवरता घेतला.

पांडूतात्या गेल्याचे कळले त्या वेळेस प्रथम माझ्याही डोक्यात 'अरेरे! फॉरेन राहिले!' हा विचार आला. निरोप आल्यावर आम्ही त्यांच्या घरी पोचलो. बाहेर तुरळक तुरळक गंभीर चेहेरे उगवत होते. मी बाहेरच्या माणसाला खुणेनेच तयारीचं काय म्हणून विचारले, त्यानेही खुणेनेच 'बोंब' असे उत्तर दिले. मी आत शिरलो. तिथे बाळकू, बाळकूचा मोठा भाऊ दादू, मधला भाऊ अण्णू, मेव्हणे रामभाऊ असे सगळे बसले होते. मी आत गेल्यावर सगळ्यांचे चेहेरे उजळले, आपली शंभराची एक नोट गेली या कल्पनेने माझा चेहरा पडला; तेवढ्यात बाळकूने माझ्या हातात एक कागद दिला नि म्हणाला 'वाच!'

एक स्वच्छ कोरा वहीचा कागद, त्यावर पांडूतात्यांचे सुमारे चाळीस वर्षे काही महिने कमावलेले अक्षर 'माझे मृत्युपत्र' असे त्याभोवती वेलबुट्टी काढून लिहिले होते. पुढच्या पानावर मी खाली सही करणार पांडुरंग श्रीरंग कुलकर्णी पूर्ण शुद्धीत व स्वखुशीने खालील मजकूर लिहित आहे.

मी मेल्यावर माझे दहन, शक्य असल्यास न्यूयॉर्कमध्ये ब्रॉडवेवर किंवा युनोच्या बिल्डिंगसमोर करावे, स्टेट एंपायरसुद्धा चालेल. ते न जमल्यास लंडनमध्ये किंवा फ्रान्समध्ये जाळा व जो मुलगा माझे सर्व करील त्याला माझी किडूक मिडूक आणि जागा द्यावी. इथेच मला जाळेल तर माझे जे काही पैसे उरतील ते गोसंरक्षण निधीस द्यावेत. अगदीच जमले नाहीत तर माझी राख जगभर पसरावी.

सही
पांडुरंग श्रीरंग कुलकर्णी
साक्षीदार (१)
(२)

बाळकू पुण्याहून लोणावळ्याला जायलासुद्धा भीती वाटणारा माणूस. तो आपल्या बापाला – तेसुद्धा मेलेल्या – न्यूयॉर्कला कुठून नेणार?

तेवढ्यात मला कुणीतरी हाक मारली म्हणून मी बाहेर पडलो. बाहेर जेम्स आयर्विन नावाचा एक अमेरिकन माणूस उभा होता. हा आयर्विन मला प्रथम मुंबईहून पुण्याला येताना गाडीत भेटला होता. त्याला हिंदू संस्कृतीत फार इंटरेस्ट त्याने आत्तापर्यंत लग्न-मुंजी बघितल्या होत्या; पण अंत्यविधी कधीच बघितला नव्हता. त्यामुळे माझ्या घरी पांडूतात्यांच्या मृत्यूची बातमी कळताच तो पत्ता शोधत शोधत इथे येऊन पोचला होता. मी त्याला सर्व सांगितले. तेवढ्यात बाळकू बाहेर आला आणि आम्ही तिघांनी पांडूतात्यांची शेवटची इच्छा पूर्ण करता येईल किंवा

कसे याबद्दल विचार सुरू केला.

यात असंख्य अडचणी आहेत याबद्दल सर्वांचेच एकमत होते. या अडचणींचा विचार चालू असतानाच पोस्टमनने एकंदर परिस्थितीचा आदमास घेऊन बाळकूच्या हाती एक पत्रांचा गठ्ठा दिला. इथे कुलकर्ण्यांच्या पत्रव्यवहाराबद्दल चर्चा केली तर वाचकांची काही हरकत नसावी.

कुलकर्ण्यांचा पत्रव्यवहार फारच मर्यादित होता. ते निवृत्त झाले तेव्हा आलेले सरकारी लिफाफे, वेळोवेळी येणारी लग्न-मुंजीची आमंत्रणं आणि मागे एकदा दादूने रीडर्स डायजेस्ट ऊर्फ वाचकांचे पाचक याची वर्गणी भरली होती तेव्हापासून त्यांची येणारी पत्रे सोडली तर बाकी या घराण्याचा पोस्ट खात्याशी कधीही संबंध आला नव्हता. रीडर्स डायजेस्टची पत्रे तर ते न उघडताच रद्दीत घालत. त्यांच्यातर्फे त्यांनी लग्न-मुंजीची आमंत्रणे पाठवली असतील तेवढीच. क्वचित कधी परगावी राहणाऱ्या मुलाच्या घरी अपत्यसंभव झाला किंवा लांबचे कुणी गेले तर एकादे कार्ड आणि मागे एकदा त्यांनी अष्टविनायकाची यात्रा केली होती तेव्हा अभिषेकाचा प्रसाद व अंगारा आला होता. याशिवाय दरवर्षी गावच्या देवाच्या वार्षिक उत्सवाचे जाहीर आमंत्रण. अशा परिस्थितीत बाळकूच्या हातात एवढा पत्रांचा गठ्ठा बघून मला आश्चर्य वाटले आणि त्यापेक्षाही त्यात फॉरीनची पत्रं बघून मला त्याहीपेक्षा आश्चर्य वाटले.

मी ग्रॅज्युएट आहे यात माझा काही दोष नाही, अजूनही शिक्षणाचा दर्जा खालावला हे सिद्ध करताना, आमचे बाबा 'बघा! आमचे चिरंजीवसुद्धा बी. ए. झाले' असं म्हणतात. पण बाळकूचे घरी मात्र, मी ग्रॅज्युएट आहे, त्यामुळे माझे इंग्रजीवर प्रभुत्व असलेच पाहिजे असा एक गैरसमज होता. खरं म्हणजे असा गैरसमज असायचं काही कारण नाही. मला माझे डिग्रीचे सर्टिफिकेट एका दमात वाचता येत नाही. बाळकूला याची कल्पना नसावी. याच गैरसमजापोटी तो पत्रांचा गठ्ठा माझ्याकडे आला. मीही तो आत्मविश्वासाने हाती घेतला. कारण जेम्स पाठीशी होता आणि दुसरे म्हणजे बाळकूकडे गीता सोडली तर जे एकमेव पुस्तक होते ते म्हणजे वीरकरांची डिक्शनरी. आता जेम्स आणि वीरकर यावर भार टाकून तो पत्रव्यवहार बघायला मी सुरुवात केली.

तो पत्रव्यवहार बघताना माझ्या असे लक्षात आले, की पांडूतात्यांना मृत्यूची पूर्वकल्पना असावी नि त्यांनी विदेशात याबद्दल पत्रव्यवहार केला असावा. या सर्व पत्रान्वये आमच्या एक लक्षात आले की या बाबतीत कॉन्सुलेट या प्रकारचा घनदाट संबंध आहे. काही पाकिटांतून पोस्टल ऑर्डर्स होत्या. त्या मात्र बाळकूने खिशात घातल्या. तोपर्यंत पास काढायला गेलेली मंडळी परत येत होती. तेवढ्यात एक वार्ताहरही तिथे हजर झाला. थोड्याच वेळात एका कावळ्याचे जसे पाच-सहा कावळे होतात तद्वत आणखी पाच-सहा वार्ताहर मुडद्याभोवती गोळा होऊन फोटो

वगैरे काढू लागले. आता ते बाळकूच्या पिताजींना हसा, स्टेडी, प्लीज वगैरे म्हणणार असे वाटू लागले तोपर्यंत कुणी तरी म्हणाले, तयारी झाली. इथे बाळकूचे काका पुढे झाले.

"अरे पण त्यांच्या शेवटच्या इच्छेने काय?"

"असल्या इच्छा कुणी शहाणा माणूस व्यक्त करील असं मला वाटत नाही, त्यांना म्हातारचळ लागला असावा."

"तुझेच वडील होते ते. मुख्य म्हणजे तू जर त्यांची इच्छा पुरी केली नाहीस तर ही जागा जाईल. सात रुपयात दोन खोल्या तुला परत मिळणार नाहीत." आता बाळकू खडबडून जागा झाला. हे अतीच होते. आता काय करायचे हा प्रश्न आमच्या समोर आणि आम्ही एकमेकासमोर आऽऽ वासून उभे राहिलो. मग ससूनच्या कोल्डरूममध्ये जागा आहे का हे विचारायला एक माणूस पिटाळला. ती हाऊसफुल्ल होती. जेम्सने मुंबईत २-४ कॉन्सुलेट्सना फोन केले. सर्वांनी मृतदेह न्यायचा तर खर्च फार येईल आणि शिवाय परवानगी देणे अवघड आहे. कारण मृतदेहालासुद्धा एक तर कुजू नये म्हणून असंख्य इंजेक्शने देणे भाग आहे आणि दुसरे म्हणजे ती मृत्यूपासून तासाच्या आत द्यावी लागतात आणि ब्लॅक फीवर, टायफॉईड, कॉलरा ही इंजेक्शने मृत्यूच्या आधी तीन महिन्यांच्या आत घेतल्याचे सर्टिफिकेट हवे. ही बहुमूल्य माहिती मिळाल्यावर सर्वानुमते बाळकूच्या बाबांचे दहन करावे असे ठरले आणि सकाळी ८ पासून रखडलेली ती प्रेतयात्रा रात्री दोन वाजता पार पडली.

सगळी गम्मत खरी पुढेच आहे. पांडूतात्यांची हकीकत प्रसिद्ध झाली आणि देणग्यांचा हा भला थोरला ओघ सुरू झाला. हिशेब ठेवता आमची पंचाईत व्हायला लागली. बाळकूने एक B.Com. ला असलेला पोरगा धरून आणला. मग त्याचा ट्रस्ट वगैरे झाला. बाळकूने स्वत:ला वारस करून घेतले आणि एक दिवस बाळकू मला बरोबर घेऊन परदेशगमन करता झाला. आम्ही जगभर पांडूतात्यांची रक्षा पसरवून आलो. आल्यावर ट्रस्टने बाळकूला उत्पन्न ठरवून दिले आणि पांजरपोळ संस्थेसाठीही वाटा काढून बाळकूला त्या पांजरपोळ संस्थेचे तसेच गोरक्षण समितीचे प्रमुख केले आणि आम्हाला बरे वाटले. मला कुणी बाळकूबरोबर फॉरेनला जावं लागेल असं सांगितलं असतं तर खरं वाटलं नसतं; पण केवळ पांडूतात्यांचा आणि बाळकूचा माझ्या इंग्लिशवरचा विश्वास यामुळे हे शक्य झाले.

गोष्टीतील सर्व पात्रे व प्रसंग काल्पनिक समाप्त.

(लेखक– गुरुनाथ सिंह, ४७० नदीचा काठ, पुणे)

(साप्ताहिक मटका बाजाराच्या सौजन्याने)

ही जी. एन. सिन्हांची गोष्ट वाचलीत? ही मटका बझार पत्रिकेत छापून आली

आणि या गोष्टीबद्दल चक्क त्याला पंधरा रुपये मोबदला मिळाला होता. बाकीचे संपादक इकडे लक्ष देतील काय?

आता दिन्या सुधारेल असे आम्हा सर्वांना वाटले होते. दिन्या आजकाल भाषणे वगैरे देत हिंडत होता; पण त्याने सात रुपयाची जागा सोडली नव्हती. त्याची बायको नोकरी करत होतीच. आता त्याला बरे दिवस आले होते. लफडीही मोठ्या प्रमाणावर चालू झाली होती.

आणि एक दिवस मला निरोप आला. घरी गेलो तर वहिनी डोळ्यांस पदर लावून बसल्या होत्या. मी येताच त्यांचे हुंदके वाढले. मी खुणेनेच विचारलं काय झालं?'' त्यांनी एक कागद पुढे केला. ''विन्याला पाठवून दे, मी पोलीस कस्टडीत आहे,'' मी दिनीला– दिन्याच्या बायकोला धीर देऊन तिकडे गेलो. दिन्या इन्स्पेक्टरबरोबर बिडी फुंकत बसला होता. मला बघताच म्हणाला, ''खात्री होती तू येशील याची! कदाचित जामीन द्यावा लागला असता; पण आधीच काम झालं. मला गैरसमजाने धरलं होतं!'' असं म्हणत इन्स्पेक्टरला राम राम करून आम्ही बाहेर पडलो.

बाहेर आल्यावर एका बऱ्यापैकी हॉटेलात गेलो. खाणे झाले. परत एक सिग्रेट पेटवली आणि मी त्याला विचारले, ''दिन्या! याची काही गरज आहे का?''

''विन्या! तूसुद्धा असं म्हणावंस, सीझर ब्रूटसला 'यू टू ब्रूटस' का म्हणाला हे आता मला कळलं!''

''हे बघ दिन्या! फालतू...''

दिन्या खळखळून हसला. ''अरे हे माझ्या रक्तातच आहे. त्याला काय करू? स्वस्थ बसवत नाही. पण आता मी ज्या सर्कलमध्ये वावरतो तिथे सगळेच करप्ट. बायासुद्धा पाठवतात. आणि मी जो सुटलो ना तोसुद्धा निव्वळ ब्लॅकमेल करून. आपण सगळं सोडलेली माणसं. असं चालायचंच. जोपर्यंत लोक नसलेल्या अब्रूला जपताहेत तोपर्यंत मी आत जात नाही बघ!''

''अरे पण बाबांचं तरी स्मरण कर. त्या भोळ्या माणसाच्या इच्छेमुळे तुला सगळं मिळालं होतं; घरी लक्ष्मी चालून आली होती...''

दिन्या प्रचंड मोठ्याने हसला, दोन मिनिटं हसत राहिला नि हसता हसता म्हणाला, ''विन्या! अरे खुळा का काय? लेका माझ्या बापाला एवढी अक्कल असती तर खर्डेघाशी करत जगला असता होय? अरे ती सगळी आपली किमया होती! या टाळक्यातला प्लॅन होता. तुला नाही कळायचं, चल! सगळी पत्रं नि मृत्युपत्रं मीच लिहिली होती!'' दिन्या पुन्हा हसू लागला. मी घाईघाईने बटाटेवडा गिळला नि दिन्याचे पाय धरले. कसे का असेना, दिन्या थोर आहे हे मला पटलं होतं.

◆

ऐतिहासिक पत्रे

'अरे! जरा एक काम करणार का?' असं कुणीही कधीही म्हणालं, की मला नको वाटतं. या एका वाक्याने दुनियेत अनेक घोळ घातले आहेत. माझी खात्री आहे, की विश्वामित्र असाच एखाद्या दिवशी दशरथाकडे गेला असावा नि म्हणाला असावा, ''राजा दशरथा! माझं एक काम करणार का?'' हे वाक्य उच्चारताना आवाजात बरेच मार्दव असते. काही काही वेळेस आपण ही विनंती करून समोरच्या माणसावर उपकार करतोय अशी भावना त्या मार्दवी आवाजातून व्यक्त करणारी काही पराकोटीच्या थोरवीला पोचलेलीही माणसे असतात; पण विश्वामित्राच्या आवाजातही या भावना असायलाच हव्या असं नव्हतं. तो शाप देऊ शकणारा ऋषी होता. खासगी नोकरीतला बॉस होता. कॉलेजचा प्रिन्सिपॉल, कॉलेजमधल्या डेमॉन्स्ट्रेटरला जेव्हा "Would you do me a favour?" असं विचारतो तेव्हा ती आज्ञा असते. सध्याच्या सामाजिक चौकटीत या दोन शिक्षक प्रकारांना बसवायचे झाले, तर प्रिन्सिपॉल हा उच्चवर्गीय हिंदू, त्यात झेडपीचा अध्यक्ष किंवा सरपंच असतो आणि डेमॉन्स्ट्रेटर हा गावकुसाबाहेरचा. तर या सुरांत विश्वामित्र दशरथाला म्हणाला असणार ''राम-लक्ष्मणाला यज्ञाच्या संरक्षणाला पाठविणार का?'' तिथून पुढे सीतास्वयंवर झाले आणि त्यातून रामायण. तर या वाक्याला एवढा इतिहास आहे. खूप उदाहरणे देता येतील. महाभारत, या पुढला इतिहास अगदी महाराष्ट्र सरकारच्या क्रमिक पुस्तकातील अर्वाचीन इतिहासापर्यंत आणि एका पहाटे माझ्या कानावर हे वाक्य पडले, ते विठोबा खांडेकर याच्या मुखकमलातून.

तुम्हाला विठोबा खांडेकर माहीत नसेल कदाचित! तसं असलं तर You are lucky! 'नोऽऽ! ही गुडलक नोऽऽ लकी!' ही विठोबाची त्यावरची कॉमेंट. साधारणपणे पाच फूट पाच इंच उंच, थोडासा स्थूल, तोंडात तंबाखूच्या पानाचा तोबरा, हातात सिग्रेट आणि रिकामा खिसा हे श्री. विठोबा खांडेकर यांचे वैशिष्ट्य आणि दुसरे वैशिष्ट्य आणि सांगितल्यावेळी पैसे परत करणे. याचा मात्र अति-ताप होतो. म्हणजे की एखादा माणूस आपल्याकडून दोन-पाच रुपये उसने घेतो, तो ते परत

करीत नाही. रकमेवर अवलंबून आपण त्याच्याकडे पैसे मागतो किंवा सोडून देतो. तोही तगादा बघून, आपला अंदाज घेऊन हप्त्याने परत करतो किंवा आपल्याला बुडवतो. पण तद्नंतर ती व्यक्ती निदान काही काळ तरी परत आपल्याकडे पैसे मागायला येत नाही. अर्थात, यालाही अपवाद असतात. पप्या कुलकर्णी माहिती आहे? नाही? मग सांगतो.

पप्या वॉज किंग ऑफ देम ऑल! प्रचंड थापाड्या. झाले बहू, होतील बहू, आहेतही बहू, परंतु या सम हा! असा हा थोर नग! ट्रेडमार्क तपासून द्या, आमच्या मालाची नक्कल होते अशी जाहिरातही करायला नको इतका ओरिजिनल नग. त्याच्या पराभवाचा एकच प्रसंग पाहिला. तोसुद्धा शाळेत. पप्याला नेहेमीप्रमाणे वर्गात बसायचा कंटाळा आला. तो बोकीलसरांकडे गेला. बोकीलसर बरेच म्हातारे होते. बऱ्याचशा गोष्टी त्यांच्या लक्षात रहात नसत. केवळ त्यांना आर्थिक मदत व्हावी म्हणून आणि जाता जाता जमलंच तर आमची अक्षरे आणि मनेसुद्धा सुधारावीत या सद्हेतूने ते शाळेत पाचवी-सहावीस पुस्ती व नववी-दहावीस सामाजिक आणि सांस्कृतिक शिक्षण या नावाचे तास घेत. त्यांना पप्याने सांगितले "सर, मला आज घरी जायला हवे" अशावेळी पप्या एकदम गोगलगाय बने. "का रे?" "सर! आजोबा वारले!" पप्याने खास ठेवणीतल्या दर्दभऱ्या आवाजात सांगितले. आणि कसे कोण जाणे पण त्या दिवशी बोकीलसर पप्यावर उलटले. "अरेऽऽ! तुझे सात-आठ आजोबा की रे गेले! त्या सगळ्या आज्यांना कोण सांभाळणार? त्यांनाही अधनंमधनं घालवीत जा!"

असा हा पप्या एक दिवस मला म्हणाला, "क्रिकेटर, काम करणार का?" मी आमच्या गल्लीतला आंतरशालेय क्रिकेट खेळलेला त्या काळातला पहिला प्राणी, खेळलो नसतो तर बरे झाले असते. पप्या मला कायम क्रिकेटर म्हणे. "काम करणार का?" हे वाक्य ऐकले की ठरल्याप्रमाणे अंगावर काटा उभा. बरं नाहीही म्हणता येत नाही एकदम आणि बऱ्याच वेळा असे वाक्य बोलणारा इसम चहा पाजायची शक्यताही नाकारता येत नाही. (अर्थात हे पुणे ४११०३० बटवडा विभागास लागू नाही. इथली माणसे पैसे उसने घेतात. ज्याच्याकडून उसने घेतले त्यालाच आपल्या कडकीची आच जाणवावी म्हणूल बिल द्यायला लावतात.) (४११०३० या भागात नदी टिळक रोड आणि बाजीराव रोड या मधला भाग येतो) मी पप्याला विचारले "काय काम आहे?" "४०० रु. दे!" "खुळा का काय?"

"तुझ्याकडे किती आहेत?"

"वरची दोन शून्यं!"

"च्यायला! ऐंशी हजारांचा सवाल आहे!"

शेवटी अर्ध्या तासानंतर पप्याने माझ्याकडून वीस रुपये नेलेच. तसा थोर.

माझ्याकडून त्याने पैसे घेतले तेव्हा मी शब्दानेही बोलले नव्हतो, त्याने मला बोलायला अवधीच दिला नव्हता. "आज वीस तारीख, तीसला मी मुंबईस जाणार आहे, दोनला डेक्कनने येईन, तीनला सकाळी ८॥ ला यायचं, चहा प्यायचा नी दहाच्या दोन नोटा उचलून रस्ता सुधारायचा!" आणि मी खवळायच्या आत माझ्या पाकिटातील सिग्रेट घेऊन पप्या बेपत्ता झाला होता.

तोच म्हणाला होता म्हणून मी तीन तारखेला सकाळी बरोबर ८॥ वाजता त्यांच्या घरी गेलो, हाक मारली, डोळे चोळत चोळत पप्या बाहेर आला "ओ हो! या मोठे लोक! सकाळी सकाळी इकडे कुठे?"

"तूच बोलावले होतेस!" मला माझेच पैसे मागायची लाज वाटत होती.

"हा! ते मुंबईचं काम होय? अरे! मी मुंबईला गेलोच नाही!"

"पण ते पैशाचं...?" इतक्या वेळात पप्याच्या घरातली दोन-तीन माणसे जमा झाली होतीच.

"दे सावकाशीनं, मी थोडाच मागायला आलोय?"

आयला आपलं टाळकं सणकलं! पण त्याच्या घरात होतो. तेवढ्यात माझ्या हातात चहाचा कप कोंबला गेला, नंतर मी बाहेर पडलो. दोन दिवसांनी पप्या भेटला, त्याला झाडायचे ठरवून जरा जोरातच विचारले,

"ओ! पैशाचं काय?"

"पैसे, किती हवेत?"

"तू माझे वीस तारखेला घेतले होतेस ते देणार होतास ना?"

"आयला! तुझ्याकडून घेतले होते होय? मी साला किरण्याला दिले ते!"

"कुणाला फेकताय? किरण बोंबलतोय त्याचेच पंचेचाळीस रुपये घेतलेस म्हणून!"

"तो थापा मारतोय! दोन दिवस थांब. ९० हजारांचं लोन सँक्शन झालंय, परवा लेथ येत्ये. अप्पासाहेब उद्घाटनाला यायचेत!"

"माझे पैसे!"

"च्यायला! वीसच रुपये ना! देतो ना, १२ तारखेला माझं लग्न आहे, पाच रुपये आहेराचे कापून घेऊन पंधरा देतो. त्याच्यापेक्षा जास्त आहेर तू कुठला द्यायला!"

"मला तुझ्या लग्नाला यायचे नाही!"

"येऊ नको रे! पण मिळतायत तर पंधरा रुपये तर घेशील?" एवढे बोलून तो गेला. नंतर त्याची पत्रिका आली. त्याच्या लग्नाच्या दिवशी मी पुण्यात नव्हतो, दुसऱ्या दिवशी आलो, घरी आई म्हणाली, चार निरोप आले कुलकर्ण्यांकडून!

आमच्या साहेबांचं नाव नेमकं कुलकर्णीच आहे. म्हटलं काय निघालं?

"काहीतरी काम असावं!" "कोण आलं होतं?"

"एक माणूस आणि एक लहान मुलगा! लग्नाला आला नाही असं विचारत होते."

"आय सी!" मी असं म्हणेपर्यंत आईच म्हणाली "ते आलेच बघ!" ते आलेच! मी या म्हटले, कोण पायजेल? वगैरे विचारपूस केली. ते म्हणाले बंडू खोकवले हवेत!"

"मीच तो!"

"जरा बाहेर येता का?"

"मी आत्ताच मुंबईहून येतोय!"

"मग आम्ही परत येतो!"

"काय काम होतं?"

"आम्ही कुलकर्ण्यांकडून आलो होतो. तिकडे याल का?"

"मी आता झोपणार आहे!"

"मग ते पैसे देऊनच झोपा!"

"कसले पैसे?"

"बास का? तुमच्या स्कूटरला का मोटरसायकलला कमी पडले म्हणून सातशे रुपये घेतले होतेत. लग्नापूर्वी देतो म्हणालात, काल काय त्रास झालाय आमचं आम्हाला माहीत!"

"तुमचा काही गैरसमज होतोय, माझ्याकडे स्वत:ची सायकल सुद्धा नाही, मी सातशे रुपये एकरकमी अजून कधी पाहिलेसुद्धा नाहीत. पण तुम्ही त्याचे कोण?"

"मेव्हणा!"

"तुम्हालासुद्धा गंडवलं का त्याने?"

"म्हणजे काय?"

"छोटंसं काम आहे म्हणाला असेल?"

"फिट्ट जुळलं!"

"काय जुळलं?"

"सातशे रुपयांचं!" मग त्यांना पप्प्याबद्दलच्या चार गोष्टी सांगितल्या आणि विचारले "लोनचा आकडा किती?" "एक लक्ष वीस हजार!"

"माझ्या वेळेस प्रथम ऐंशी होता मग नव्वद!"

ते कपाळ बडवत गेले.

या प्रसंगास काही दिवस होऊन गेले आणि एक दिवस हाक आली "मास्तर!" बाय धिस टाईम मी एम.ए. होऊन कॉलेजात लेक्चरर झालो होतो.

"काय बॉस? चहा वगैरे काही!"

"देतोस का?"

"प्रोफेसर झालास एवढा! चल चहा पी!"

चहा पिता पिता तो म्हणाला "प्रोफेसर आज पाच तारीख. एक पन्नास रुपये दे!" पप्याचे आकडे तारखांशी संबंधित असतात. "सासऱ्याकडे दुरुस्ती काढली. सिमेंट आणायचंय!"

"माझे वीस रुपये?"

"ते आणि हे मिळून एकदम देईन, नाहीतर असं कर ऐंशी दे! विसा पाचा शंभर एकदम परत करीन!"

"दाही दाही शंभर! पन्नास दुने शंभर! शंभर एके शंभर! सॉरी!"

"तुला स्कॉच व्हिस्की पाजतो चल!"

"मला जायचंय!"

"अच्छा! मला लकडी पुलाकडे सोड!" एव्हाना मी खरंच स्कूटर घेतली होती, हे कळल्यावर पप्या म्हणाला होता "आम्हाला ठाऊक होतंच तुम्ही स्कूटर घेणार ते! आता एम. ए. झालास, कारकुनी सोड!" हा सल्लाही दिला होता त्याने.

तर अशी पप्यासारखी अपवादात्मक माणसं सोडली, तर एकदा पैसे बुडवले की मंडळी तोंड चुकवू लागतात आणि ते बऱ्याच प्रसंगी फायद्यात पडते; पण विठोबांचे तसे नसे. त्यामळे वात येई. शिवाय त्याची कामे आर्थिकच असत असेही नाही. एकदा असाच चहा पीत बसलो होतो तेथे आला. "बंड्या एक छोटंसं काम आहे!"

"मेलो! बोला पुढं!"

"माझी मन:स्थिती ठीक नाही. जरा मनाचं सर्व्हिसिंग कर!"

"पैसा नाही, जागा नाही!"

"जागा आहे; चहा-चिवड्याचं तो बघतोय, आपण फक्त बाटली न्यायची!"

"माफ करा! आपल्याला जमणार नाही!"

"मी तुला घेतल्याशिवाय दारू प्यायची नाही असं ठरवलंय!"

"केव्हापासून? मागल्या शनिवारी तर तुम्ही पीत बसला होता, रव्या बोलला मला!"

"बोलला का? नाही तरी कुठे कसं, केव्हा नि काय बोलावं हे कळत नाहीच! पण ते जाऊ दे! निदान एक छोटंसं काम कर!"

हेही अपेक्षित होते. ही त्याची जुनीच ट्रिक होती. मोठं तुम्हाला अशक्य असं काम काढायचं नि मग ते नाकारलं की एक छोटसं पिल्लू सोडून द्यायचं! भिडेखातर आपण हो म्हणून जातो. भीड नसली तर पीडा टळू द्या म्हणून!

"काय काम काढलंस ते बोल!"

"असं चेहेरा पाडून विचारू नकोस! मग उगाचच गिल्टी कॉशन..."

"कॉशन नव्हे कॉन्शस"

"तेच रे ते, ते जागं होतं! मराठीत अपराधित्वाची भावना म्हणतात त्याला. बरं आम्ही काय जग जिंकायला सांगत नाही हो! अगदी छोटं काम!"

"बोल तर खरं!"

"तू करणार नाहीस! तुझा सूरच सांगतोय! आपला मित्र कर्जरूपी कर्दमातून डोके वर काढायचा प्रयत्न करतोय, त्याचे मुखकमल वर यायच्या आत..." मी हात जोडले. "काय असेल ते लौकर बोल नि फूट बाबा! का पिळतो उगाच? पायजेल तर चहाचे वीस पैसे घेऊन जा! जास्त पैसे मिळणार नाहीत!" मी संधी मिळताच बोलून घेतले.

"आयला! एवढंसं (अंगठा तर्जनीच्या शेवटच्या पेराला टेकवून) काम सांगितलं तर एवढं भाषण! बरं तर! तुमच्याच कल्याणाचं काम सांगतोय म्हणून बरं! चांगलं सर्वत्र नाव होईल!"

"माफ करा! तुम्ही नाव करणार म्हणजे आम्हाला माहीत आहे. शिवाय तू अजून कामाचे स्वरूप सांगितलेले नाहीस."

यांची नाव करायची आयडियाची कल्पना म्हणजे लय भारी. मागे एकदा कॉलेजात असाच विषय निघाला होता. पेपरात नाव छापून आणणं कसं सोपं आहे. यावर विठोबांचं म्हणणं– नाव छापून आणणे यासारखी सोपी गोष्ट नाही. त्याने लगेच वाचकांच्या पत्रापत्रीत एक पत्र टाकून दिले. 'अल्सेशियन जातीची कुत्री खांबावर फक्त डावीच तंगडीवर करतात. असे का, याचा कुणी खुलासा करील काय?' हे पत्र यथावकाश छापून आले. "हॅ! पत्र काय कुणीही छापतो, त्याला काय अक्कल लागते!" असं विज्या म्हणाला. "तू काही तरी करून दाखव नि मग नाव छापून आण! तर तू खरा!"

"काय देणार?"

"पन्नास रुपये, स्कॉलरशिपचे आले की लगेच!"

"तसं नाही! मी पन्नास रुपये दत्त्याकडे देतो, तू पन्नास रुपये दत्त्याकडे दे! त्याचा निवाडा दोघांनी मान्य करायचा. सहा महिन्यांत मी नाव झळकवतो!"

"अरे पण, मी काय पाप केलं? माझ्याच्यानं पैसे सांभाळणं होणार नाही!"

"मराठी माणूस इथंच मार खातो. आम्ही तुला दहा टक्के देऊ, शिवाय तू सहा महिने हे पैसे फिक्स डिपॉझिट ठेव. म्हणजे काय दोन-चार रुपये येतील ते तुझे! उगाच रडत जाऊ नकोस!" विठ्या मला म्हणाला.

दोघांनी चहाचे कप एकमेकांवर म्हणजे कपावर कप आपटले. चीअर्स म्हणाले नि चहा पिऊन दोघे दोन दिशांना निघून गेले. माझ्या हातातल्या शंभर रुपयांकडे

मी पाहात बसलो.

आपल्या हातात शंभर रुपये आहेत याची जाणीव व्हायला मला बराच वेळ लागला. मी याआधी एकरकमी शंभर रुपये कधी बघितले नव्हते अशातला भाग नाही; पण शंभर रुपये अशा तऱ्हेने माझ्या हाती असे एकदम येतील असं मला वाटलं नव्हतं. तुम्ही म्हणाल, अशा तऱ्हेने शंभर रुपये हातात आल्यावर नुस्ते पाहत बसणारा हा इसम अगदीच 'हा' दिसतोय. हे माझ्या होणाऱ्या हिचं मत तर आहेच; पण मला ओळखणाऱ्या सर्वांचंच मत आहे. या बाबतीत जर दुमत असतं तर साधा विचार करा, की हे शंभर रुपये माझ्या हातात आलेच असते का?

माझी आई म्हणजे आदरार्थी बहुवचन मातोश्री यांना तर आमचा लई म्हणजे लईच अभिमान. मला कधीकधी शंका येते की मी शापभ्रष्ट राजपुत्र असून, ही माझी मागच्या जन्मीची सावत्र आई वगैरे असावी. पण आमच्या मातोश्रींचे आमच्या वडिलांबद्दलचे मत आणि त्यांच्यावरची जरब पाहता, याच काय पण मागच्या पुढच्या सर्व जन्मांत त्यांनी दुसरं लग्न केलं असेल की नाही शंका आहे.

तिकडे सावित्रीने सत्यवानाला जिवंत केले आणि वटसावित्रीचे व्रत सुरू झाल्या झाल्या पहिल्याच बॅचमधे (धौम्य ऋषींच्या आश्रमातील वटसावित्री व्रताची ७॥ ची बॅच) वटासकट यमधर्माला आमच्या मातोश्रीने साकडे घातले ते असे "हो! आधीच सांगून ठेवत्ये! मेल्यांनो जन्मोजन्मी हाच पती मिळू दे बरं! नाहीतर बघा!" नि घरी आल्यावर ओरडली असणार "ऐकलं का हो? इथून पुढे मोक्ष मिळेपर्यंत दुसऱ्या बाईकडे डोळे वर करून बघितलंत तर बघा! आणि उगीच कडक तप वगैरे करायचं नाही, नाहीतर स्वर्गातून येईल एखादी बया तप मोडायला!" म्हणून आमच्या आईने सोमरसाचा पेला आदळला असावा नि बाबांनी त्या गाफील क्षणी– "हो!" म्हटलं असावं, अशी वाघिणीसारखी आमची माता. तुम्ही मला बावळट म्हटलंत तर तुम्हाला फाडून खाईल; पण इतर वेळेला मात्र "तू काय करणार ते माहीत आहे! तोंडावरची माशी नाही हलत! अगदीच यांच्या वळणावर गेलाय!" असं म्हणते. हे आमच्या प्रामाणिकपणाचे सर्टिफिकेट. माझ्या मित्रांनासुद्धा चांगलेच ठाऊक आहे.

मला त्यामुळे शंभर रुपये कसे सांभाळावे, याची काळजी वाटू लागली. एखाद्याला शंभर रुपये सांभाळ असं म्हटलं, की तो शांतपणे ते पैसे सांभाळेल; पण माझं तसं नसतं. मला उगीचच असंख्य शंका येऊ लागतात. समजा कुणी माझा खिसा कापला तर, ही मूलभूत शंका. इथपासून निघून ते मी चाललोय. रस्त्यात मी ट्रकखाली सापडतोय. खिशात ओळख पटण्याजोगे काहीच नाही. कुणीतरी ओरडतंय "अरारा! म्येला!" पंचनामा करताना पोलीस मृताच्या खिशात काही नव्हते असा पंचनामा करतात आणि मग माझं प्रेत पोस्टमार्टेमला नि पोलीस

खात्यातली मंडळी ती शंभराची नोट घेऊन दारू प्यायला जातात. माझे शरीर पोस्टमार्टेमसाठी फाडले जाते नि हे दोघे विठ्या नि विज्या येतात नि पोस्टमार्टेम (त्यालाच मराठीत पोस्तमार्तेल असे म्हटले जाते हे मला नुक्तेच ससूनला चक्कर टाकली तेव्हा समजले.) करणाऱ्या डॉक्टरला हिन्दी पिक्चरच्या शेवटी कोर्टात, व्हिलनला किंवा त्या सिनेमाच्या कथेशी अजिबात संबंध नसलेल्या पण खून करून उपरती झालेल्या माणसाला जसा झटका येतो नि तो 'ठहरो!' म्हणतो त्या स्टायलीत 'ठहरो!' म्हणतात आणि माझे प्रेत विकून किती पैसे वसूल होतील ही चर्चा करू लागतात. अशा प्रकारची स्वप्ने मलासुद्धा पडायला लागली होती. आता घरी कसं जायचं हा प्रश्न होताच. रिक्षात बसावं तर रिक्षावाला मला कुठेतरी घेऊन गेला असता. शेवटी अत्यंत घाबरलेल्या मनःस्थितीत ती शंभराची नोट मुठीत धरून, ती मूठ खिशात ढकलून मी बाहेर पडलो. शक्य असते तर मी पळतच घरी गेलो असतो. घरी आल्यावर मी ती नोट आईकडे दिली आणि विजयने तुझ्याकडे ठेवायला दिलीय असं सांगितलं. विजयचा आमच्या घरी बऱ्याचपैकी वट होता म्हणा. आईने विजयचे नाव ऐकताच माझ्यावर प्रश्नांचा भडिमार न करता ती नोट आतल्या खोलीत नेऊन अदृश्य केली. तोपर्यंत भित्र्या सशाच्या गोष्टीतल्या सशासारखी माझी अवस्था होती. मी दचकत दचकत घरी आलो होतो. पण ती शंभर रुपयाची नोट हातातून बाहेर पडल्यावर ग्लासभर व्हिस्की नीट प्यायल्यावर जशी नवशिक्याला चढेल तसे मला झाले.

मी इथे माझ्या आयुष्यातलीच एक गोष्ट तुम्हाला सांगतोय; पण माझी भूमिका इतिहासकाराची आहे. मला ही गोष्ट रसभरीत करता येईल पण मग माझ्या इतिहासकाराच्या भूमिकेस बाधा येईल. एकवेळ चरित्रकथन नाही झाले तरी चालेल; पण माझी भूमिका मी सोडणार नाही हा पवित्रा घेऊन शिवचरित्र लिहायला घेणाऱ्या त्या प्रख्यात विभूतीचे चरित्र लिहिण्यासाठी शेवटी छत्रपतींनी तलवार फेकून लेखणी उचलली होतीच. म्हणून मी इतर कुणास असे कष्ट होऊ नयेत म्हणून आत्मचरित्रातील हे प्रकरण स्वतःच सांगतोय. हे सर्व कशासाठी म्हणजे माझ्या भूमिकेचे स्पष्टीकरण नव्हे; तर तुम्हाला असे वाटेल की दारू पिणारा हा माणूस हातात शंभराची नोट पकडायला घाबरतो. हा तर लेकाचा फेकतोय. पण मंडळी इथंच तुमची चूक होते.

तुम्ही पुण्यात नवे दिसताय. तुम्हाला पुणे क्रमांक तीस (४११०३०) माहीत आहे काय? येस! मग तुम्ही अशी अगदीच बिनडोक शंका (कु.!) काढली नसतीत. शंका ही नेहमीच कु. असते. ती सौ. कधीच होत नाही. तिला जिथे ज्याच्या बरोबर चान्स मिळेल त्याच्याबरोबर ती जाते. त्या माणसाला तोंडघशी पाडते आणि चालूपणा करून तिसऱ्याच इसमाबरोबर जाते. अशी ती अखंड कु. आहे. पुराणात

मला वाटतं असंच एक उदाहरण आहे. ते सोडलं तर शंकेइतके कौमार्य पालन करणारी आणि अखंड तरुण रहाणारी स्त्री आढळली असे कुठल्याही गावातले वृद्ध बोलताना आढळलेले नाहीत.

"काय? पुराणातलं उदाहरण? पुराणात म्हणजे महाभारतात पाराशर मुनींनी धुराचा पडदा करून नावेवर सेन्सॉरने कट केलेल्या फिल्मपेक्षाही भयंकर प्रकार केला होता आणि जाता जाता ते मत्स्यगंधेला योजनगंधा करून तुला मुलं झाली तरी तुझे कौमार्यभंग होणार नाही, असा वर देऊन गेले. (हे शक्य असू शकेल काय? असा प्रश्न आरोग्य सल्ल्यात विचारून मग खरंतर व्यासांनी महाभारतात लिहायला हवे होते. पण दैनिक कुरुक्षेत्र किंवा हस्तिनापूर टाईम्समध्ये कदाचित असे सदर नसेलही. चूकभूल देणे घेणे.)

आता आपण माझ्या आत्मचरित्राकडे वळूया! वळलात? ठीक, आपला मुद्दा, मी शंभराची नोट हातात धरायला घाबरतो हे खरे की खोटे हा होता. ते खरे असल्यास का हे सांगायला हवे. इथून आपण पुणे क्रमांक तीसकडे वळलो. करेक्ट? तर काय आहे सदाशिव, शनिवार, नारायण या पुण्याच्या तीन आद्य पेठा, कसबा म्हणजे पुणे खुर्द. छत्रपतींच्याही आधीपासून पण पेशव्यांबरोबर कोकणातून आलेल्यांनी वसवलेल्या या तीन पेठा त्यातल्या त्यात सदाशिव पेठ. पेठ म्हणजे तर काय? या सदाशिव पेठेत एक नाही दोन हौद होते. त्यांनी पानशेतच्या कालखंडात बऱ्याच जणांना पाणी पाजले. आता हे हौद बुजविले जाताहेत. पण या हौदाचे जो पाणी प्यायला तो सदाशिवपेठी झाला. सदाशिवपेठी पाणी प्यायलावरच भगवानांनी 'न करी शस्त्र धरी मी। गोष्टी सांगेन युक्तीच्या चार।' हे प्रसिद्ध उद्‌गार काढले आणि बरोबर चारच युक्तीच्या गोष्टी भारतीय युद्धाच्या काळात पांडवांचा सांगितल्या. ही सदाशिव पेठ पाहूनच 'क्रियेवीण वाचाळता व्यर्थ आहे' असे समर्थांनी स्वत:च्याच कपाळावर हात मारून म्हटले असण्याची शक्यता नाकारता येत नाही. अशी ही सदाशिव पेठ प्रत्यक्ष चेंगीझखान, तैमूरलंग किंवा क्रूरतेच्या बाबतीत प्रसिद्ध असलेला दुसरा कुणीही माणूस सदाशिव पेठेत असता तर त्याने फक्त तत्त्वावरून वाद घातला असता. कधीही क्रूर, निर्घृण आणखी जे काय अशा अर्थी शब्द सुचतील ते शब्द वापरात येतील अशा कत्तली त्यांनी केल्या नसत्या. हा हौद होता तेव्हा असंख्य म्हातारे असं पाणी प्यायलो नाही असं म्हणत सकाळी कोपऱ्यावरच्या हॉटेलात गर्दी करत. हौद गेला. धुण्याची गर्दी ओसरली आणि आता तरुणांना निवांतपणे हॉटेलातून बिडी फुंकायला जागा मिळू लागली.

अशा सदाशिव पेठेत वावरणारा मी हातात प्रत्यक्ष शंभर रुपये पडल्यावर माझी भंबेरी उडायलाच हवी. स्वत:चे लाख रुपये – बोंबला आयला लाख दमड्या तरी बघितल्या का कधी – सांभाळायला आपल्याला काही वाटायचं नाही; पण

दुसऱ्याचे शंभर रुपये जळूसारखे असतात. हरवले तर काय करायचे? भरून द्यायचे की नाही? भरून द्यायचे तर का द्यायचे? मी काय स्वत:हून मागितले होते? द्यायला तर हवेत. त्यांनी एवढ्या विश्वासाने आपल्या हाती सुपूर्त केले. अशा असंख्य निरर्थक प्रश्नांची डोक्यात गर्दी होऊन डोक्याचा बावचा होतो. (बावचा म्हणजे काय ते मला ठाऊक नाही. कोणीतरी कुठेतरी हा शब्द वापरलेला ऐकला, बरा वाटला म्हणून वापरला.)

मी ती नोट आईकडे दिली आणि या प्रश्नांना फाटा मिळाला. माझे डोके हलके झाले आणि त्या नशेत मी बाहेर पडलो. माझे लग्न ठरलेले आहे हे मला वाटते या आत्मकथनात कुठेतरी आले असेलच. त्यामुळे डोके कितीही हलके झाले तरी मी बाईच्या भानगडीत पडण्याची शक्यता नाही. आमची भावी सौ. हातात अंकुश घेऊन मला अधूनमधून मार्गावर आणत असतेच. डोके हलके झालेला मी घरातून बाहेर पडलो. बराच काळ मी नुसताच हिंडलो नि माझ्या लक्षात आलं, की आपण आपल्या भावी सासरी शिरलोय. माणसाला नशा चढली की माणूस गाढवपणा करतो. म्हणून नशापाणी करू नये असे आपले पूर्वज सांगत आलेत ते खोटं नाही. आमच्या भावी कलत्राच्या सात- आठ पिढ्या सर्कशीत रिंगमास्तर असाव्यात. साधी गोष्ट आहे. मागे एकदा मी मिशा वाढवल्या होत्या. त्या मिशांमुळे मी हुबेहूब डेव्हिड निवेन सारखा दिसतो असे आमच्या मित्रमंडळींनी एकमताने मान्य केले होते. गन्स ऑफ नॅव्हॅरॉन बघितल्यामुळे मलाही जरा बरे वाटत होते. मी खाडकन सगळ्यांना कोकाकोला पाजला होता. (मंडळी त्या काळी ५० पैशाला वगैरे मिळणाऱ्या कोकाकोलाला तुम्ही खॉक् म्हणून आज रुपया देता) आणि त्यानंतर जवळजवळ सहा वर्षें मी त्या मिशा जपल्या होत्या. आमच्या हिने ईऽऽऽ! असे म्हणून अक्षरश: आमचं जमल्यापासून दोन दिवसांत त्या मिशा उतरायला लावल्या होत्या. मला त्या दिवशी खरंच वाईट वाटलं. पुन्हा त्यावर आमच्या मित्रांनी डागण्या दिल्या "काय, टोचतात वाटतं?" टोचतात कसलं डोंबल. साली फूटभर अंतर ठेवून बोलते, तरी बरं लग्न ठरलंय! पण नाही. लग्न होईपर्यंत अंगाला हात लावू देणार नाही असा तिचा निश्चय. तोंड न दाबता बुक्क्यांचा मार! अशा घरी मी प्रवेश केला. सुदैवाने आमच्या बाईसाहेब मैत्रिणीकडे वूमन अँड होम मध्ये आलेली नवी वीण (लोकरीची) बघायला गेल्या होत्या.

या आमच्या होणाऱ्या बायकोत एक दोष आहे. ती जे काय करते ना, ते सालं सगळं बरोबर असतं, म्हणजे काय की बाकीच्या बायकांनी विणलेले स्वेटर पार गुडघ्यापर्यंत तरी येतील किंवा आडस तरी होतील; पण हिचं तसं काही नाही हो! त्याच्यावर ताण म्हणजे आम्हाला सर्वत्र सेकंड क्लास आणि या मठ्ठ बाईला पहिला. दिसण्याच्या बाबतीतसुद्धा हिचा वरचष्मा. आमच्या मातोश्री मला भूत

आणि ध्यान या विशेषणांपलीकडे फारतर मक्लूस नावाचं एक एक्स्ट्रॉस्पेशल विशेषण लावतात आणि मगच याला ही सोन्यासारखी बायको कशी मिळाली, हे आश्चर्य व्यक्त करतात. लग्न व्हायच्या आधीच आमच्या संसाराचे पाय असे पाळण्यात दिसताहेत. ट्रेलर इतकं निराशाजनक तर मुख्य चित्रपट हिंदी झाला, तर मलासुद्धा आश्चर्य वाटणार नाही.

आमच्या भावी सौ. नाहीत म्हटल्यावर जरा जिवात जीव आला. संध्याकाळी मला जरा कामाला जायचंय असा निरोप ठेऊन मी तिथून घाईने काढता पाय घेतला. आज नशीब जोरावर होतं. ही असती तर संध्याकाळी झकत सेवेत रुजू व्हावं लागणार होतं.

संध्याकाळी विठ्या भेटला तेव्हा विजयने हार कबूल केली होती. विठ्याने त्याला सांगितले की, त्या वेळची त्याची मैत्रीण पुष्पा गणपतीत विनयभंग झाला म्हणून ओरडणार होती. हा आत गेला की नाव छापून आले असते. दुसऱ्या दिवशी मॅजिस्ट्रेट समोर पुष्पा सांगणार होती की ''मी सांगत होते तो हा नाही. हा माझ्या बरोबरच आहे तरी पोलिसांनी याला धरला (बरोबर हुंदके, रुमाल वगैरे) हा प्लॅन ऐकताच विजय खचला होता. दुसऱ्या दिवशी मी ते शंभर रुपये विठ्याला दिले. दोघांनी ४५।४५ रुपये घेऊन दहा रुपये मला दिले नि फुकटचे दहा रुपये मिळाले म्हणून माझ्याकडून रम काढली. त्याचाच खर्च पन्नासच्या घरात गेला होता.

अशा परिस्थितीत मी त्याचे एवढेसे काम का नाकारत होतो ते तुमच्या लक्षात यावे. कारण ओरिजिनल पैज दहा रुपये खर्च करून मला पन्नास रुपयाला कापायची होती आणि ती विठ्याने जिंकली होती. ''तू अजून कामाचं स्वरूप सांगितलं नाहीस!'' हे वाक्य मी म्हटले आणि त्याने चक्क भर हॉटेलात माझे पाय धरले. पाय म्हणजे चक्क चरण. हस्तांदोलन करून मग अडला हरी– म्हणणाऱ्या विठ्याने चक्क माझ्या पायी माथा टेकला. नंतर माझा खांदा धरून मला खुर्चीतून बाहेर काढले नि मला मिठी मारली आणि ओ मेरे तारणहार ल ल ल्ल ल्ल ल्ल ला ऽऽऽ अशी तानही त्याने मारली.

''हो! हो! हो! आतापर्यंत बरा होतास की! प्यायलास तो चहाच ना!'' मी त्याला विचारले. ''मला खात्री होती दत्त्या! तूच मला वाचवशील, माझं काम नक्की करशील म्हणून!''

''हे बघ! मी तुला नुस्तं काम काय असं विचारलं, त्याचा अर्थ काम करतो असा होत नाही!''

''तेच रे ते दत्त्या, च्यायला! अरे शाळेत आपण जोडीने की रे मार खाल्ला!''
''बरोबर आहे. मार खाताना आम्ही पार्टनर नि मधल्या सुट्टीत कुल्फी चोखायला दुसरे! तेव्हा कधी आमची आठवण नाही झाली ती?''

''ते जाऊ दे रे! तू कामाचं स्वरूप तरी सांग, असं म्हणाला होतास!''

''त्याचा अर्थ फालतू बकवास असा होत नाही!'' मी बिल त्याच्याकडे सरकवत म्हटले. ''काय बोलायचंय ते लौकर बोल, नाही तर मला जाऊ दे!'' मी बसल्या बसल्याच खुर्ची सरकवली.

''दत्तू! दत्तू! असा मला सोडून जाऊ नकोस! आज तू अगर मुझे छोडकर जाएगा तो कल मेरी लाश संगममे तरंगती हुई देखेगा!''

''ए बंधू! माफ कर बाबा! हे असले फिल्मी डायलॉग नकोत आणि तुला खरंच आत्महत्या करायची असेल तर मी तुला स्कूटरवरून संगमावर नेतो. जाता जाता जाड्याकडे जाऊ. तो भूशास्त्रज्ञ आहे. गळ्यात बांधायला जड धोंडाही देईल. वर्षाची गॅरंटी लिहून घेतो मी त्याच्याकडून! काय आहे ते लवकर बोल, नाहीतर मी चाललो!''

''बरं! आपलं छोटसं काम म्हणजे तू पुण्यातल्या वर्तमानपत्रांना एक वाचकांचा पत्रव्यवहार, मनोगत, विचार, बोलाचाली अशी जेवढी म्हणून सदरे आहेत त्यात एकएक पत्र टाक!''

''माफ करा, बंधो माझ्या हातून हे होणार नाही. हा आपला प्रांत नव्हे!''

''दत्त्या, हे जर तुझ्या हातून होत नसेल, तर मग मला हजार पाचशे रुपये तीन दिवसांत मिळतील याची व्यवस्था कर!''

''काय संबंध आपला? मी चाललो!''

''दत्त्या! हे बिल तर देतोच पण शिवाय रोज वैशालीत डोसा आणि काम यशस्वी झाल्यावर सेवन लव्हज्‌च्या बारमध्ये जाऊ! तू भरपूर पी! शिवाय वर तंदुरी चिकन! आता?''

मला आता विचार करणे भाग होते. ही काहीतरी नक्कीच मोठी भानगड होती. पण जितकी भानगड मोठी तितकी जोरात ती अंगावर शेकते. त्यात या विद्वानांशी संबंध. मी चेहरा विचारी केला. डोके खाजवले. अंतराळी दृष्टी लावली.

''का रे? चेहेरा पाडलास? डोक्यात काय उवा वगैरे झाल्यात का काय?''

''हे बघ विठ्या, काम तुझं आहे! वेडंवाकडं बोलायचं काम नाही! आणि एवढं सगळं तू मला फुकटचं खाऊ घालणार नाहीस. कामाचं स्वरूप कळलं आता मुद्याला हात घाल. मी पत्र कशासाठी नि का लिहायचं याचे विस्तृत उत्तर हवंय. टीपा द्या नाही, चक्क पूर्ण शंभर मार्कांचा पेपर आहे असं समज!''

''च्यायला! हाडाचा मास्तर आहेस!'' मग त्याने इकडे तिकडे चोरून बघितलं नि चोरट्या आवाजात म्हणाला, ''बाहेर चल! इथं नको!'' आम्ही बाहेर पडलो. कॉलेजच्या ग्राऊंडवर एका झाडाखाली जाऊन बसलो.

''ती मागे पत्राची एक भानगड झाली होती बघ! माझं पत्र छापून आलं नि तुझी

टिंगल केली होती. त्या वेळेस तुला दहा रुपये चकटफू मिळाले!''

''थांब! Objection your honour! मला पन्नास रुपयांची टोपी घातलीत त्या दहा रुपयांच्या भांडवलावर! उगीच काहीही ऐकून घेणार नाही आपण!'' विठ्याने माझ्याकडे तुच्छतेने बघितले ''आयला, प्रसंगाचे गांभीर्य लक्षात घे! उगीच मध्ये मध्ये पाचकळ बोलू नकोस. इतका वेळ सांग सांग म्हणालास नि आता फाटे फोड!'' मी खरं म्हणजे खवळलो, सरळ उठून चालू लागावं असा विचार मनात आला; पण त्याने जो सस्पेन्स निर्माण केला होता त्यामुळे मला उठवेना. मी काहीच बोललो नाही. विठ्या मात्र तोंडाची टकळी मागील पानावरून पुढे चालू या थाटात म्हणाला,

''तर त्यावेळेस ते नव्वद रुपये घालून मी आणि विज्याने एक बिझिनेस चालू केला. भरपूर पैसे मिळतात त्यात; पण आता एक गोची आली.''

''कसला बिझिनेस?''

''सांगतो ते ऐक रे! सारखं आपलं बीचमे मेरा चांदुभाई काय?''

''ही कोण बीच?''

''हेच ते! फालतूपणा नको!''

''हा मी चाललो!''

''दोन मिनिटं थांब! त्याचं काय झालं की तू पुण्यातली वर्तमानपत्रं कधी चाळलीस? मग तुझ्या लक्षात आलं असेलच....''

''मी फक्त भविष्य असलं तर बघतो, बाकी बघण्यासारखं असतंच काय त्यात? मटक्याचे आकडे, सिनेमाच्या जाहिराती, हरवल्याचा शोध, भविष्य सांगणारे आणि स्त्री-पुरुषांना नवीन जोम देणाऱ्या गोळ्यांच्या जाहिराती!''

''फार मोठ्या गमतीला मुकताय राजे हो! अरे वाचकांची पत्रे वाचत जा जरा. स्वत:ला ज्येष्ठ साहित्यिक म्हणवतात ही मंडळी, नि तुम्ही त्यांचा धडधडीत अपमान करताय!''

''माफ कर हं! मी पेपर न वाचल्यामुळे त्या मंडळींचा अपमान होतो याची मला कल्पना नव्हती!''

''वा! तर काय सांगत होतो आम्ही– बसल्या बसल्या यावर बेटिंग घेणं सुरू केलं. क्रिकेट म्हटलं की मराठ्यांचे पत्र पाहिजेच. दिल्लीत काही झालं, की देशमुख, रस्त्याचे खड्डे म्हटले की सांकलिया घराणे, शिवाय फडतरे, वालावलकर, धोत्रे, गुंडे शास्त्री, कुलकर्णी अशी टॉप सिडेड मंडळी यांना हेवी ऑड्स द्यायचे! म्हणजे पत्र न येण्याबद्दल आणि नवीन पत्रलेखकांना येण्याबद्दल. पण मध्यंतरीच्या काळात कुणी तरी चुगली केली आणि प्रकरण पोलिसात गेलंय. आमच्यावर हप्ता बसलाय. तर या विषयावर तू पत्र लिही एवढंच सांगायचंय!''

यावर मी काही बोलणे शक्य नव्हते. प्रत्येक लेखकाचे पाच वर्तमानपत्रे स्टँडर्ड मानून त्यात पत्र येते की नाही यावर त्या दिवशीचा भाव असे. माझी पत्रे प्रसिद्ध झाली. आम्ही या भानगडीत फ्ल्यूक होतो त्यामुळे बरीच खळबळ माजली. नंतर एक दिवस दोघेही माझ्याकडे आले आणि मुख्य म्हणजे त्यांनी मला भरपूर खाऊ घातले. अगदी ठरल्याप्रमाणे.

सगळं झाल्यावर मी त्या दोघांना विचारले, "का रे, मला पत्र लिहायला का सांगितलीत?"

ते दोघेही एकमेकांकडे बघून हसले मग म्हणाले, "सांगतो!" आणि विठ्याने सांगितले नि मी पालथा झालो.

धंदा त्यांच्या अपेक्षेपेक्षा वाढला होता. पोलिसांबरोबर एक-दोन दादाही हप्त्यासाठी मागे लागले होते. त्यांनी धंदा विकायचे ठरवले होते; पण... धंद्याला ऑफिशियल स्टँडिंग नव्हते. ते कसे मिळवायचे? मी पत्र लिहिल्यावर पार विधानसभेपर्यंत प्रश्नोत्तरे झाली व धंद्याचा भाव वधारला होता आणि मंडळींनी धंदा विकून आपली सर्व कटकटीतून मुक्तता करून घेतली होती.

"पण कटकटी काय होत्या?"

"असंख्य! पेपरमधली माणसे बांधणे, वेळोवेळी पत्रे छापून आणणे, कुणाचे पत्र कुठल्या तारखेस येणार ते बघणे, बुकी स्वत:च दोन नंबरचा धंदा करीत नाही हे बघणे. ते जाऊ देत. आम्हाला वाचवले त्याबद्दल आभार म्हणून त्यांनी मला एक पाकीट आणि सूटचे कापड दिले. त्या पाकिटात शंभराच्या पाच नोटा होत्या. मी मनोमन दोघांच्याही पाया पडलो.

त्या दोघांकडे मी अजूनही जातो. दोघेही आता मोठ्या पोस्टवर आहेत. दोघांच्याही दिवाणखान्यात एक पत्र फ्रेम करून लावले आहे.

"सध्या महाराष्ट्रात एक नव्या प्रकारचा जुगार बोकाळला असून... सरकार इकडे त्वरित लक्ष देईल काय?

रवींद्र बिनडोक"

विजय कधी कधी त्या फ्रेमला हारही घालतो आणि कोणी कारण विचारले तर फक्त मंद स्मित करतो.

◆

आहार कमी करा!

एक आटपाट नगर होतं. तिथं एक राजा राहात होता. राजा नुकताच एल.एल.बी. झाला होता. त्याला राणी नव्हती. पूर्वी तो अभिमानाने मी 'एल.एल.बी. झालो' असं सांगायचा; पण एल.एल.बी. म्हणजे 'लाल लुगड्यातील बाई, अशी फोड त्याला कुणीतरी सांगितली. लाल लुगड्यातील बाई म्हणजे पूर्वी विधवा सोवळ्या स्त्रिया लाल लुगडी नेसायच्या त्या, हे कळल्यावर राजा आणखीनच खचला व मागच्या पिढीबद्दल त्याच्या मनात जो काय आदर होता तोही कायमचा नष्ट झाला.

सर्व तरुणांना शिक्षण संपल्यावर होता तो त्रास राजाला घरून व्हायला सुरुवात झाली. घरी दारी आई-वडील, नातेवाईक राजाच्या मागे 'लग्न कर!' 'दोनाचे चार कर!' 'वेळीच संसार सुरू कर!' वगैरे वाक्यांसह लागले. मित्रांकडे गेलं तर त्यांचे आई-वडीलही राजाला हेच विचारायचे 'मग काय राजाभाऊ, लाडू कधी देणार?'

राजाला लग्न करावसं वाटत नव्हतं असं नव्हे. खरं तर पातळात गुंडाळलेला कुठलाही देह नजरेसमोरून जायला लागला की राजाला हुरहूर वाटायला लागायची. डोळ्यांच्या कडातून जरा काही रंगीत दिसलं की, मग वातकुक्कुटयंत्राचा कोंबडा जसा वाऱ्याबरोबर गोल फिरतो तशी राजाची मान एकशेऐंशी अंशातून या रंगीन दुनियेबरोबर गर्रकन फिरायची! राजा उगीचच केसावरून हात फिरवायचा. त्यात कधी दृष्टादृष्ट व्हायची. ती आपल्याकडे बघत होती या भावनेने राजा सुखावत जायचा. अर्थात, राजा दिसायला अगदी टाकाऊ नव्हता; पण अगदी धर्मेंद्र किंवा विनोद खन्नाही नव्हता. राजाच्या मानेवरच्या भागाला त्याचे मित्र डॉक्टरची फिरती खुर्ची असंही म्हणायचे. पण याच राजाचा चेहरा लग्नाचा विषय निघाला की कावराबावरा होई.

एक दिवस आम्ही सगळे सिगारेट ओढत कॉफी हाऊसच्या बाहेर उभे होतो. बॉबी म्हणाला, "आय टेल यू ही हॅज सम कॉम्प्लेक्स! त्याला गंड झालाय!"

आपलं वैद्यकीय ज्ञान जरा बेताचंच; पण तरीही राजाच्या खाण्यात खंड पडला

नव्हता. नेहमीसारखा चरत होता. त्यामुळे त्याची तब्येत बरी असावी, असं मला वाटत होत. शिवाय त्याच्या अंगावर कुठेही सूज, गळू असं काही नव्हतं. मी माझी शंका बोलून दाखवली. यावर बॉबीने हातातले सिग्रेटचे थोटूक खाली टाकले. त्यावर बुटाचा पाय दिला. नवी सिगरेट पाकिटातून बाहेर काढली व ती न पेटवता नुसतीच हातात धरून बॉबी बोलू लागला.

''बरं का शांता?'' बॉबी मला म्हणाला,

आता हा विद्वत्तापूर्ण शब्दांचे भाषण देणार या कल्पनेने मी व बंडू हैराण झालो. आमच्या चेहऱ्यावर सुतकी शांतता पसरली. मी घाईघाईने लायटर पुढे केला.

''वेट, टिल आय टेल यू!'' हा बॉब्या लेकाचा टाईम्स वगैरे वाचायचा, पुन्हा इंग्लिश मासिकंही त्याच्याकडे असायची. त्यामुळे अशी इंग्लिश वाक्यं तो धडाधड फेकायचा. त्याने असंच कुठेतरी वाचलं होतं की कुठल्यातरी मोठ्या लेखकाचा हीरो अशी अनलायटेड सिगरेट हातात ठेवून जनतेला लाईट दाखवतो याने की मार्गदर्शन करतो, त्यामुळे आम्ही अशा वेळेस त्याची सिगारेट पेटवून द्यायचो. त्याला जर तातडीने करंट मिळाला तर मग आमची ट्यूब पेटती करायचे काम तो स्थगित करायचा! पण आज ती शक्यता जरा कमीच होती.

''कालच छापून आलंय'' या वाक्याने त्याचे ज्ञानदानाचे सत्र सुरू होत असे त्याप्रमाणे आजही त्याने सुरुवात केली.

''माणसं का खातात?''

''मी तरी पोट भरण्यासाठी खातो,'' मी ग्वाही दिली.

''आपण माणसांसंबधी बोलतोय!'' बॉबी उद्‌गारला.

''अरे.........!'' एवढंच म्हणून घारूने बोलायला स्टार्ट घेतला; पण तोपर्यंत बॉबीची गाडी सुरू झाली.

''तर मी काय वाचलं ते सांगतो आधी, ये राजा!'' आमच्या संभाषणाचा हीरो 'डिअर राजा' डुलत डुलत आमच्या दिशेने येत होता. त्याचा जबडा हलत होता. चेहऱ्यावर तृप्तीचे भाव होते. एवढं चरल्यावर रवंथ हवाच!

''दोन ऑम्लेट व दहा स्लाईस!'' बंडू राजाकडे बघत म्हणाला. राजा तुच्छतेने हसला ''कोल्ड चिकन वुइथ सॅलड!'' त्याने प्रतिअभिवादन केले, ''कालच आमचं ठरलं होतं, सकाळी उठून एक चिकन उठवायचं!''

''शी! ही काय वेळ आहे होय चिकन खायची?''

''त्याला काय झालं?'' पण राजा हा कधी संदर्भयुक्त बोलत नसे. त्यामुळे कुणाचं नि त्याचं सकाळी उठून चिकन खायचं ठरलं हे अजूनही मला ठाऊक नाही. शिवाय अशा बाबतीत मी संजयाप्रमाणे फक्त जे घडलं ते सांगतो, माझे सांगणे सटीक किंवा सटीप नसते. जे घडले तेच सांगतो, आता संजय 'उत्तम: पुरुषस्तन्य।'

या कृष्णोक्तीवर शंका काढत बसला असता, किंवा कृष्णाचं काहीतरी चुकतंय, पुरुषाचं दूध असतं काय? असं म्हणाला असता तर मग त्याची रनिंग कॉमेंट्री मॅच संपली तरी चालूच राहिली असतो. युद्ध अठरा दिवसांचं नि कॉमेंट्री शंभर दिवसांची असं आपलं नाही. जे घडेल तेच सांगीन.

दुसरं असं, की राजा आल्यामुळे बॉबीच्या वक्तव्यात खंड पडला. त्यामुळे राजाच्या भाषणाची कन्नी कापून बॉबी म्हणाला, "तर मी काय सांगत होतो....!"

"....की राजाच्या मनात गंड निर्माण झालाय!" मीही राजाची मान-बिन चाचपली. मला आपलं उगीचच मन हे कुठेतरी मानेवर असतं असं वाटतं.

"मला काहीही झालेलं नाही!" राजा ओरडला.

"असं तुला वाटतं, पण तसं ते नाही. मला माझं बोलणं पुरं करू द्याल काय?' बंडू.

"दुल्हन वही ची तिकिटं कोण काढेल?" बंडू.

"कसली वही?" घारूने मध्येच विचारलं.

"घारू तू बिडी ओढ, वही नव्हे सिनेमा, दुल्हन वही जो पिया मन भाये."

"तो पिक्चर नको, नाव फार लांब आहे!" असं म्हणून घारू पुन्हा गप्प बसला. आता तो तासभर तरी बोलणार नव्हता.

"तुम्ही परत विषय बदललाय. मला बोलू देता?" बॉबी आता खवळलाच होता.

"आम्ही तुला बोलू द्यायला तयार आहो; पण त्याबद्दल आम्हाला काय मिळणार ते आधी ठरव."

"हो! साला नुसत्या चहावर इंग्लिश मासिकात वाचलं असं म्हणून तू काहीही सांगावं नि ते आम्ही ऐकावं?"

"आज चहासुद्धा मिळणार नाही!" बॉबीने जाहीर केले.

"मग राजाच्या गंडाचे कसे व्हायचे? राजा तूच साला काहीतरी दे बाबा!"

"आय ॲम फ्लॅट ब्रोक."

"मग बॉब्याचं बोलणं ऐकणार कोण?"

"अरे!..." घारू स्टार्ट घेत होता. आम्ही थांबलो.

"बॉबी, तुला एम.ओ. आली काल, मी बघितली रे."

मग वडा-सांबारावर बार्गेनिंग तुटलं!

"तर त्याचं काय असतं माहीत आहे का?"

"तू बोलत रहा रे! फालतू काहीतरी विचारू नको! वडा तोंडात कोंबत बंड्या ओरडला. राजा अतिशय संशयाने बॉबीकडे पाहात होता. खाणे, मुली पाहाणे व झोपेत स्वप्न बघणे यापलीकडे त्याची बुद्धी विशेष काम करायची नाही. आता बॉबी

आपल्याबद्दल काहीतरी सांगतोय म्हटल्यावर त्याच्या चेहऱ्यावर प्रेम चोप्रा झलक आली होती.

"आपला राजा आहे ना, त्याच्यात मानसिक वैगुण्य असलं पाहिजे!" बॉबी म्हणाला. राजाने पाण्याचा ग्लास उचलला. बॉबी वेडंवाकडं बोलला तर हा ग्लास राजाच्या ओठाला न चिकटता बॉबीच्या डोक्यावर अभिषेक होण्याची शक्यता होती.

"हे तू कोण ठरवणार?" मी विचारलं. "तू पाणी पी रे!" असं मी म्हणताच राजाही पाणी प्यायला.

"आपला राजा खादाड का, हे तुला माहीत आहे का?"

यावर आम्ही काहीच बोललो नाही. बॉबी कुठल्याही गोष्टीतून काहीतरी अतर्क्य गोष्ट निर्माण करण्यात अतिशय पटाईत होता. मागे आम्ही नागपूरला एका पिक्चरची तिकिटे काढून उभे होतो. सरोज टॉकीजच्या दारात. तेवढ्यात बॉबीने पक्या नावाच्या आमच्या मित्राला हाक मारली. तो सहलीच्या मूडमध्ये होता. "पक्या, ए पक्या भडव्या!" अशा बॉबीच्या जोरदार हाकेने परिसर दुमदुमून गेला. एक आजोबा त्याला म्हणाले, "अहो, जरा नीट हाक मारा की!" यावर बॉबी म्हणाला, "आजोबा, रामाचं नाव आहे त्यात!"

"रामाचं नाव?" त्या वृद्ध गृहस्थाने विचारले. आम्हीही चकित झालो होतो. आजोबांना राहवलं नाही.

"एक रुपया देईन." ते म्हणाले होते.

"वाल्याचा वाल्मीकी व्हायला तो मरा मरा जपत होता. त्याचा राम झाला, काय आजोबा?" यावर आजोबांनी मान डोलावली.

"मग पकॅच्या उलट काय? कॅप! कॅप म्हणजे टोपी. टोपीच्या उलट पीटो, पीटो म्हणजे मारा, माराच्या उलट रामा, काढा रुपया!" हे बॉबी इतकं जलद बोलला की त्यांनी एकच्याऐवजी दोन रुपये न कुरकुरता दिले!

असा हा बॉबी आज म्हणाला, "राजामध्ये मानसिक दोष आहे. परवाच मी वाचलंय, ज्यांच्यात लैंगिक असमाधान असतं ते लोक आपली ती भूक जास्त खाऊन भागवायचा प्रयत्न करतात. तेव्हाच मी म्हटलं, तरीच बकासुर गाडाभर अन्न खायचा, आज त्याऐवजी मला राजा दिसला."

यावर राजाचा चेहरा उतरला. मग मी म्हटलं, "पण लेका, राजाचं अजून लग्न व्हायचंय नि तू उगीच काहीही बकतोस. बकासुराचंही लग्न झालं होतं का नाही ते तुला काय ठाऊक?"

"बकासुराचं नक्कीच लग्न झालं असणार, त्याकाळी च्यायला प्रत्येकाला दोन-दोन तरी बायका असायच्या. आता राजाचंच म्हणशील तर लग्न झाल्यावर आपल्याला काही जमणार नाही या भावनेनेच तो लग्न करत नाही!"

या वाक्याचा दृश्य परिणाम म्हणजे राजा वडा-सांबार अर्धवट सोडून चालता झाला. त्याचा वडा कुणाच्याही लक्षात यायच्या आत घारूने उचलला होता!

"बघ! मी खरं बोललो म्हणून तो गेला."

यानंतर राजा आमच्यात फार मिसळेनासा झाला. आमचं टोळकं काही ना काही उद्योगाला लागलं नि एक दिवस बॉबी म्हणाला,

"माझा डाव यशस्वी झाला बघ!"

"कसला डाव?"

"राजा फसला!"

"राजा फसला?"

"हन्ड्रेड परसेन्ट यस, त्रिवार होय, होय, होय!"

"काय झालं?"

"राजा गळाला लागला!"

"कुणाच्या?"

"म्हणजे तुला ठाऊक नाही? ही विल सून गेट मॅरीड!"

"आयला, कमाल आहे! पण हे घडलं कसं?"

"हम हैं तो इस दुनिया मे क्या कम है!"

"सब लोगों का यही गम है!" आणि मी पस्तावलो. कारण बॉबी गम या शब्दाचा श्लेष पिंजण्याची शक्यता होती. पण राजाच्या लग्नाचं बाळंतपण सांगण्याच्या भरात बॉबीने हा कॅच सोडला. मला यावर काहीही प्रत्युत्तर न देता तो बोलू लागला. त्याचा सारांश असा –

राजा एकदा बॉबीकडे गेला होता, त्यावेळेस बॉबीकडे एक दिसायला बरी अशी त्याची आते मामे वगैरे कुणीतरी बहीण आली होती. सख्खी नव्हे, पण जरा लांबचीच. या मुंबईच्या मुलीला राजा बरा वाटला. राजाला त्या काळात रस्त्यावरच्या दगडाला पातळ नेसवलं तरी तो सुंदर वाटायचा; पण हिच्याशी लग्न करतो का असं म्हटलं असतं तर तो बिथरणार होता. त्यामुळे बॉबीने कॉफी हाऊसमध्ये राजाला बिथरवून बाहेर काढलं होतं ते आपण बघितलंच. राजा कॉफी हाऊसमध्ये संतापाच्या भरात बाहेर पडला. तो दहा मिनिटांत बाहेर येईल तू तयार रहा, असं बॉबीनं आधीच पढवलं होतं. त्याप्रमाणे मालन तयार होतीच. राजा ताडताड बाहेर पडून थोडे अंतर चालला. त्याला असा खवळवला की तो खोलीवर जाऊन पामिस्ट्रीची पुस्तके चाळतो हे आम्हाला ठाऊक होते. त्यामुळे मालन त्याच्या खोलीच्या वाटेवर चप्पल खरडत होती.

राजाला पाहताच ती हसली. कितीही खराब मूडमध्ये असला तरी राजा कुठल्याही रंगीत वस्तूकडे पाहणारच हा बॉबीचा तर्क खरा ठरला होता. त्यात ही

त्याच्याकडे बघून ती हसली. राजाच्या कपाळावरच्या आठ्या दूर झाल्या. इथून पुढचा संवाद असा–

"अहो जरा प्लीज मला मदत करा ना!"

"काय झालं आपल्याला?"

"माझी चप्पल तुटली. मी या गावात नवी, बरं पर्सही घरी राहिली. तुम्ही माझ्याबरोबर रिक्षाने घरी चला. मी लगेच पैसे देते. शिवाय आज आमच्याकडे भज्यांचा बेत आहे. इडल्याही गार होतील."

राजाच्या मनात प्रचंड उलाघाल झाली. त्याला एकीकडे बॉबीचा संवाद आठवत होता. इकडे या सुंदर मुलीचा कारुण्यपूर्ण चेहरा त्याला विनवत होता.

'टू बी ऑर नॉट टू बी?' राजाने मनातल्या मनात नाणे उडवले. त्याने होकार दिला.

"चला, मी स्कूटरवरून पोचवून देतो, माझी खोली जवळच आहे!" असं म्हणत राजाने तिला खोलीपर्यंत नेले. जाता जाताच राजा गटला होता.

"तुमच्यासारख्या सुंदर स्त्रीची सेवा करायला योग आला, आज भविष्य चांगल दिसतंय!" राजा धीर धरून म्हणाला.

"ईऽऽऽ! मी स्त्री काय? नि तुमचं भविष्य चांगलं असेल पण माझा दिवस वाईट गेलाय. सकाळी अशोक म्हणे, तुझ्याशी कोण लग्न करील? आंधळासुद्धा पळून जाईल."

"तुमच्या अशोकला काहीच अक्कल नाही!" राजा बोलला.

"मीही तेच म्हणते, मी सुंदर नसेन..."

"कोण म्हणतो तुम्ही सुंदर नाही!"

"मी सुंदर आहे?"

"प्रश्नच नाही!"

"माझ्याशी कोण लग्न करणार, तुम्हीसुद्धा नाही म्हणाल."

"मी करीन ना! पण तुम्ही मला हो म्हणाल?"

"हो! हो! हो!"

इथून पुढची सूत्रे राजा व मालनच्या आई-वडिलांकडे गेली.

त्या लग्नाला आम्ही हजर होतो. बॉबीला बराच लाभ झाला होता. लग्नात बॉबीने राजाला बंद पाकीट दिले होते.

त्यात फक्त एकच वाक्य होते;

'आहार कमी करा!' पण हे पाकीट उघडताच राजाचा चेहरा का पडला, ते अजूनही मालनला उमगलेलं नाही.

◆

गोची

कॉलेजला उन्हाळ्याची सुट्टी होती. दोघेही आळसावून पडले होते. अनिलने कॉटच्या मध्ये पडून कमरेशी विशालकोन करून एक पाय भिंतीवर टाकला होता, तर त्या पायाशी काटकोनात दुसरा पाय कॉटच्या कडेच्या पट्ट्यात अडकवण्याचा खेळ चालू होता.

पक्या रूमच्या मध्यावर सतरंजीवर डोके, बाकी सर्व शरीर फरशीवर गारव्याला ठेवून, पायाने पलंग भिंतीच्या आरपार घालवायचा प्रयत्न करीत, 'कोल' अभ्यासित होता. या रविवारी 'रॉयल प्रिन्स'चे काय होणार ही काळजी करीत, नुक्तीच बिडी शिलगावली होती त्याने.

दारावर टक्‌टक् झाले म्हणजे नक्कीच मित्र नाही. कारण त्यांच्या दोघांच्याही मित्रांपैकी कुणीही कधीही एवढा फॉर्मल नव्हता. साधारणपणे त्या दोघांचे म्हणजे पक्याचे मित्र अन्याला आणि अन्याचे पक्याला पार्टनर म्हणत आणि धाडकन् रूमवर घुसत. टक्‌टक् पुन्हा.

तर टक्‌टक् झाली म्हणजे वडील किंवा असे कुणीतरी, ज्याच्याबद्दल तोंडावर तरी आदर दाखवावा लागणार. यानंतर जो ट्रान्स्फर सीन झाला तो बघून कुठल्याही पाच मिनिटांत सात ड्रेस बदलणाऱ्या प्रोफेशनल नटाला आदर वाटावा. अर्थात, रूमवर राहणाऱ्याला हे नवे नाही. अनिल घाईघाईत कॉटवरून लुंगी सावरून उठला. उठता उठताच चादर व उशी नीट केली. ॲश-ट्रेचे काम करणाऱ्या हिंगडब्या एकाएकी नाहीशा झाल्या. त्याच्या अंगावर शर्ट दिसू लागला. पक्याला हातातल्या विल्स – दोघांच्याही – नाहीशी कारणे हा एकच प्रयोग करावा लागला. या सर्व प्रकारास केवळ अर्धा ते एक मिनीट लागले. पक्याने चेहऱ्यावर किरकोळ हसू आणले, तर अन्याने आठ्या घालवल्या. पक्याने चष्मा सावरत दार उघडले की नेहमी काहीतरी गोची, हे ठरलेलंच. कुठलीच गोष्ट कधीही सरळ म्हणून होणे नाही. पक्या तसा भलताच गोचीदार माणूस आहे.

त्यामुळे बाहेर विजयला बघून त्याला फार आश्चर्य वाटले. आता विजय या

नावाच्या माणसाला तो विज्या वगैरे न म्हणता सरळ विजय म्हणाला म्हणजेच माणूस कसा असेल ते लक्षात यावे. बोलणे, चालणे, वागणे एकदम गंभीर! भारदस्त! म्हणूनच मधूनच एखादाच इंटेलिजंट जोक असे. उगाच फालतू विनोद नाही!

"अनिल, (त्याला अनिल आणि पक्याला प्रकाश म्हणणारा हा एकमेव माणूस)! एक काम आहे!"

"बस रे! तूच आलास होय! हात लेका, साला एवढी आवराआवर केली त्या साजेसा कुणी काका, मामा तरी यायचा! हे म्हणेपर्यंत मोठ्या सफाईने हिंगाच्या डब्या बाहेर आल्या. खिडकीच्या बाहेर खोचलेल्या बिड्या तोंडात आल्या. दोघे जैसे थे परिस्थितीत जाण्याचा प्रयत्न करू लागले.

"हे बघा, आत्ता समज माझी बायको बरोबर असती तर? आणि शिवाय तुम्हाला प्रॅक्टीस हवीच! बरं, माझी बायको गेलीय गावाला! मला आज वेळ नाही! तुम्ही संध्याकाळी-रात्री काय करणार आहात?"

"का रे?"

"माझ्याकडे एक पॉश फंक्शनचे इन्व्हिटेशन आहे दोघांसाठी. तुम्ही जाल का?" (कारण त्याचा 'टवाळा आवडे निरोध' या कामदासांच्या उक्तीवर विश्वास होता. त्यामुळे तो मिसेसला पतिउद्योग निवारण केंद्रात पोचवून आला होता.)

"कुठे रे?"

"बाँबे क्लबवर! कुणीतरी बांगलादेशासाठी काहीतरी करतोय!"

रिपोर्टर राजू फारच वैतागला होता. बातम्याच नाहीत त्याला तो तरी काय करणार? संपादक म्हणायचे आपल्यात डॅश हवा, आपण बातमी तयार करायला हवी, नारद हा आयडियल रिपोर्टर होता. पराचा कावळा करायला हवा! साधारणपणे किंवा या धर्तीचे भाषण दर महिन्यालाच होत असे; पण परच नाही तर कावळा कशाचा करणार?

तो वैतागला. ऑफिसातून उठून हॉटेलात गेला. चहा पिता पिता विचार करू लागला. अमेरिकन वार्ताहरांचे बरे असते. कुठेतरी कुणीतरी गोळीबार करतं. आठ-दहा माणसे मरतात. कुणीतरी मांजरालाच आपली लक्षावधी डॉलरची संपत्ती बहाल करतं. एवढेच काय, तर एका बाईनेच दुसऱ्या बाईशी लग्न केले होते. नाहीतर आपल्याकडे! बस किंवा रेल्वेचा रूटीन अपघात! घर पडले. राजस्थानमे सूखा, बिहारमे बाढ, बास्! तो उठला, अलकात जाऊन बसला 'स्टेअर केस'ला. त्यात तर दोन पुरुषांच्या संसाराची कथा होती. पुन्हा बांगलादेशची न्यूज. संपादकाचा मेव्हणा बांगलादेशच्या नावावर कलकत्यात चैन करतोय! डोके भणभणले! तो

परत ऑफिसकडे आला.

तो ऑफिसच्या शेजारी राहात होता. त्याच्यावर वेळेचे बंधन नव्हते. त्याला अनेक सवलती होत्या; पण त्याची तक्रार म्हणजे धाडसाची तयारी असून त्याच्या वाट्याला गेल्या दोन महिन्यांत चांगली बातमी आलेली नव्हती. कल्पनाच नाही तर विलास कसला करणार? जाता जाता लेटेस्ट न्यूज, उद्याचा स्पोर्ट्स-कॉलम चाळावा म्हणून तो ऑफिसात शिरला.

पक्या आणि अनिल गंभीरपणे टाय वगैरे लावत होते. पॉश दाढी केलेली, चकचकीत बूट, सूटबीट. एकदम जाहिरातीतल्यासारखे केसाला ब्रिल्क्रीम, एवढेच काय तर कॉफीहाऊससमोर जाऊन मुद्दाम स्कूटर धुऊन घेतली होती. नेहेमी खेकसणाऱ्या सायबाला 'स्कूटर धू' असं सांगताना ऐकून ते पोरगं इतकं चाट पडलं की ते नंतर पैसे मागायलासुद्धा विसरलं. ते सातलाच निघाले. कारण पक्याला बरोबर घेऊन अर्ध्या तासात कुठेही जाणं शक्य नव्हतं. काय गोची होईल कुणास ठाऊक! बरोबर आठ वाजता पोचायचे होते. तेव्हा एक तासाची मार्जीन ठेवणे भाग होते.

राजू ऑफिसात आला. संपादक घरी गेलेले होते. टेबलावर चिठ्ठी होती. बाँबे क्लबवर कुठल्यातरी कुमाराच्या हस्ते कशाचे तरी काहीतरी होते. बुफे डिनर, कॅबरे आणि निर्वासितांना पैसा अशी आयडिया होती. राजू म्हणाला ''चला! आयला आपल्या बापाच काय जातंय? तेवढाच वेळ बरा जाईल. रिसेप्शनिस्टही बरी आहे.'' संपादकाचा अल्सर पथ्यावर पडला. पण यातून सनसनाटी बातमी निघणर नव्हती एवढेच वाईट होते. रूटीन आयटेम. राजू प्रेसपास घेऊन, ड्रेस करून रिक्षातून निघाला.

पक्या आणि अनिल निघाले. आजा स्कूटर फर्स्ट किक्‌ला स्टार्ट झाली. वाटेत सिगारेट ओढून झाली. ८ च्या आत कसे जायचे म्हणून त्यांनी लांबची चक्कर टाकली. कँपमध्ये थोडा वेळ घालवला. पक्या इन्व्हिटेशन कार्डसुद्धा विसरला नव्हता. काहीच गोंधळ न झाल्यामुळे त्याला चुकल्या चुकल्यासारखे वाटत होते. आठला दहा कमी असताना त्यांनी गाडी पार्किंगलॉटमधे आणली.

राजू पंधरा मिनिटे आधीच पोचला होता. तो रिसेप्शनिस्टशी गप्पा मारीत होता. ती येणाऱ्या माणसाच्या नावापुढे कार्ड बघून टिक् करीत होती आणि तशीच महत्त्वाची व्यक्ती बघून राजूला माहिती पुरवीत होती. राजू डायरीत टिपून घेत होता. "Excuse me sir! May I have your card please? Sir!" 'सर!' दोघंही बुचकळ्यात पडले. पक्याने इकडे तिकडे बघितले. दुसरे कुणीच नव्हते. त्याच्या पोटात खड्डा निर्माण झाला. इतकी सुंदर, स्मार्ट तरुणी आपल्याला सर म्हणत्ये,

आपल्याला, या पक्याला? तोपर्यंत अनिलने त्याला ढोसले. मग त्याने विजयने दिलेले कार्ड बाहेर काढले. इतक्या वेळात अनिलने तर्खडकरांना व रेन-मार्टीनला नमस्कार करून ब्रिटिश तोडले.

''वन मोमेन्ट प्लीज, मॅडम! प्रकाश, विल यू शो हर दि कार्ड, व्हिच वुई हॅव!''

पक्या म्हणजे पक्या! तो जोरात म्हणाला, ''व्हाय नॉट!''

''देन शो इट्!'' अनिल.

प्रकाशने कार्ड काढले. झोकात त्या बाईच्या समोर धरले. तिने ते बघितले, आणि त्यांना विचारले,

"Sir are, you sure that this invitation is yours?" प्रकाशला तेवढ्यात 'अॅटॅक इज दी बेस्ट डिफेन्स' ही म्हणा आठवली. तो म्हणाला, "Yes, of cource, what do you mean?" तिने खांदे उडविले. मोठ्या माणसांच्या भानगडीत न पडणे चांगले, हे अनुभवाने तिला माहीत झाले होते. तिच्या लिस्टवर खूण केली आणि ती म्हणाली, "Queer birds!" ते दोघे आत गेले. ती राजूला म्हणाली, ''आत कोण गेले माहिती आहे का? ते श्री व श्रीमती विजय बोडस होते म्हणे!'' राजूतला उपाशी रिपोर्टर जागा झाला. अशी संधी कधी येणार होती, 'वा:! काय न्यूज!' रिसेप्शनिस्ट बोलतच होती की एखाद्याने आपल्या मित्राला आणावे, पण मिसेस म्हणून? जग कुठे चाललंय काय कळत नाही. इकडे राजूला त्या बातमीने पछाडले. त्याने संपादकांच्या अल्सरचे आभार मानले. तोही आत घुसला. पक्या-अन्याने राजूला रिसेप्शनिस्टबरोबर बघितले होते. त्यामुळे हा क्लबचा कुणीतरी असावा असे त्यांना वाटत होते. हा आत का यावा? यामुळे राजू त्यांच्याजवळ पोचला तेव्हा त्यांनी सावधगिरीचा पवित्रा घेतला.

   : ''हॅलो! गुड इव्हिनिंग!''

   : ''गुड इव्हिनिंग'' (हा कोण?)

   : ''एंजॉइंग द् पार्टी?''

   : ''येस्!'' (साला काय पीळ आहे? जा ना बाबा.)

   : ''आपले कंपॅनियन कुठेत?''

   : ''हे काय?'' (दुसरे कोणी मिळाले नाही वाटतं?)

   : ''तुम्ही श्री व सौ. विजय बोडस म्हणून आलात?''

   : ''का? येऊ नये का?'' (च्यायला, हा बाहेर काढतो का काय?)

''नाही, म्हणजे तुमच्यातला मिस्टर कोण आणि मिसेस कोण?'' (बातमीला मटेरियल तर चांगलं आहे.)

तेवढ्यात पक्याला करंट आला व तो म्हणाला ''वा राव! असल्या गोष्टी

अशावेळी विचारताय, आपण सावकाश भेटू!'' म्हणजे पक्याला त्याला कटवायचं होतं आणि म्हणायचं होतं की, बाबा, आलो असू आम्ही दुसऱ्याच्या कार्डावर. तुला हाकलायचं असेल तर हाकल, पण पिळू नको! इकडे राजूतला उपाशी रिपोर्टर मेजवानी मिळाल्यासारखा खूष झाला. खरं तर राजू बातमीसाठी एवढा डेस्परेट झालेला नसता, तर त्याच्या लक्षात खरी परिस्थिती आलीही असती. पण त्यात हिप्पींच्या नानाविध बातम्या आणि स्टेअरकेस यामुळे ब्रेनवॉश झाला होता त्याचा आणि तिथेच गोची झाली. पक्या फॉर्ममध्ये होता.

: ''तुम्ही एकत्रच राहतात वाटतं?''

: ''हो!''

: ''किती वर्षे?''

: ''आठ-नऊ झाली, नाही कारे अन्या? P. D. ला असताना खोली घेतली तेव्हापासून एकत्रच राहतो.''

: ''अरे वा! अजून किती वर्षे असेच राहणार?''

: ''का, तुमच्या नात्यात कुणी लग्नाचे आहे का? बरं आहे, हे काय वाईट आहे?'' हे उद्‌गार अन्याने व पक्याने एकदम काढले आणि राजूची पक्कीच खात्री झाली. अक्षरश: कुठल्याही फॉरिन कॉरस्पाँडंटच्या तोंडात मारावी अशी न्यूज. त्याचे आता इकडे तिकडे लक्षच लागेन!

कार्यक्रम संपला! त्याने गर्दीचे फोटो काढता काढता या दोघांचे अनेक फोटो घेतले. नंतर दोघे काय करतात अशी प्रेमाने विचारणा केली. आता मात्र अन्या चिडला. राजूला वेडेवाकडे बोलला. राजूला वाटले आपण यांचे बिंग फोडतोय म्हणून हा चिडला, तर अन्या-पक्याला या पिळाला कसे कटवावे कळेना. त्यांच्या स्कूटरवर बसताना शेवटचा फोटो घेऊन राजू आनंदाने ऑफिसात गेला.

दुसऱ्या दिवशी दोघेही जरा आरामातच उठले. चहा झाला. सुट्टी असल्यामुळे घाई नव्हतीच. आता ब्रेकफास्टला कुठे जावे याचा विचार करत दोघे बाहेर पडले. आजूबाजूचे पब्लिक नेहमीपेक्षा जरा जास्त निरखून बघत असावे असा त्यांना संशय आला. तेवढ्यात एका मित्राने हात केला. हे थांबले. ''आजचे पेपर बघितलेत का?'' ''नाही!'' ''अरे छापलंय ते खरं आहे का रे? आता छापलंच आहात म्हणून विचारतो.'' ''अरे! बरं आहे ना तुला? चहाच घेतलास ना?'' ''तुम्हीच बघा!'' असे म्हणत मित्राने त्यांना जवळच्या हॉटेलात नेले.

नंतर मात्र ज्याने कुणी त्यांच्या तोंडातून बाहेर पडणारे शब्द ऐकले, त्याने मराठीतील एकही शिवी ऐकायची बाकी ठेवली नसती. कंटिन्युअस पाच-पाच मिनिटे एकही शिवी रिपीट न करता दोघेही रिपोर्टर राजूला शिव्या देत होते. कारण

दैनिक सर्वकाळच्या प्रथेप्रमाणे दोन काळे चौकोन पहिल्या पानावर छापले होते. त्याखाली श्री. व सौ. विजय बोडस असे नाव छापलेले होते व मोठा चार कॉलमी मथळा होता– 'भारतातल्या तरुणांची हिप्पींबरोबर वाटचाल.'

पुणे, ता. ३० – पुणे येथील दोन तरुण हिप्पींच्याहीपेक्षा काकणभर सरस ठरले आहेत. वगैरे बातमी. तसेच या दोघांनी आमचे खास बातमीदार राजू यांना कसलाही आडपडदा न ठेवता कशी आपल्या लग्नानंतरच्या सर्व अनुभवांची (जाड अक्षरे) माहिती दिली, ती क्रमशः प्रसिद्ध करायचे ठरले होते. ते दोघे भयंकर कावले. त्यांनी मित्राला बरोबर घेऊन रूमकडे कूच केले.

ते रूमवर पोचतात न पोचतात तोच विजय हजर झाला. त्याच्या तोंडातून शब्दाऐवजी खून बाहेर पडत होता. जिहाद पुकारणाऱ्या योद्ध्यात आणि त्याच्यात फक्त कपड्यांचाच फरक होता. या तिघांनी त्याला शांत केला. चौघांची वॉर कौन्सिल भरली, विशेषतः 'देशातील तरुण चालला कोठे?' हा अग्रलेख वाचल्यावर ते फारच खवळले होते.

ते चौघे दैनिक सर्वकाळच्या कचेरीत आले. संपादकाकडे घुसले व त्यांनी बातमीचा अर्थ विचारला. संपादक दचकले, पण धीर धरून म्हणाले, "बातमीचा अर्थ सरळ आहे. आम्हाला बातमी मिळाली. आम्ही छापली." "बरं, आता आम्ही तुम्हाला आणखी एक बातमी देतो, ती छापता का?" "काय?"

"जरा तुमच्या रिपोर्टरला बोलवा!"

राजू हजर झाला. हे चौघे स्ट्रॅटेजिकली पांगले. विजय बोलू लागला. "उद्या आमचे वकील आपल्याशी बोलतीलच! पण एकतर आम्ही आपल्यावर अब्रूनुकसानीचा खटला लावणार आहोत आणि आता बातम्या घ्या लिहून! काल चार सुशिक्षित तरुणांनी दैनिक सर्वकाळचे संपादक आणि एक रिपोर्टर राजू यांना..." रवीने – चौथा मित्र – दार लावले आणि त्यानंतर अक्षरशः संपादक आणि वार्ताहराचे पानपत झाले.

अर्थात, ही बातमी छापून आली नाहीच. पण पुढे जी मिटवामिटवी झाली त्यात प्रकाश आणि अनिलसकट विजयला एक स्कूटर आणि एक ब्लॉक मिळणे हा फायदा झाला, तर वृत्तपत्र व्यवसाय एका कल्पक धडाडीच्या वार्ताहराला मुकला आणि सेंट्रल बिल्डिंगमधे एक कारकून वाढला.

◆